வாலியர்கள்

சிறார் நாவல்

துரை ஆனந்த் குமார்

BOOKS FOR CHILDREN

Vaaliyargal (in tamil)
Durai Anand Kumar
Illustration: Vasan
First Published: July, 2023
BOOKS FOR CHILDREN
im print of Bharathi Puthakalayam
7, Elango Salai, Teynampet, Chennai - 600 018
Email: bharathiputhakalayam@gmail.com | www.thamizhbooks.com

வாலியர்கள்
துரை ஆனந்த் குமார்
ஓவியம்: வாசன்
முதல் பதிப்பு: ஜூலை, 2023
வெளியீடு:
BOOKS FOR CHILDREN
புக்ஸ் ஃபார் சில்ரன்
பாரதி புத்தகாலயத்தின் ஓர் அங்கம்
7, இளங்கோ சாலை, தேனாம்பேட்டை, சென்னை - 600 018.
தொலைபேசி : 044 24332424, 24330024 | விற்பனை: 24332924

விற்பனை உரிமை
பாரதி புத்தகாலயம்
7, இளங்கோ சாலை, தேனாம்பேட்டை, சென்னை 600 018

விற்பனை நிலையங்கள்
அருப்புக்கோட்டை: கதவுஎண் 49 A/4 மெயின் ரோடு, தெற்கு தெரு - 9994173551
ஈரோடு: 39: 39 ஸ்டேட் பாங்க் சாலை - 9245448353
கரூர்: நாரத கானசபா அருகில் (TNGEA OFFICE)- 9442706676
காரைக்குடி : 12, 2 வது தெரு, கம்பன் மணிமண்டபம் பின்புறம் - 9443406150
கும்பகோணம்: 352, ரயில் நிலையம் எதிரில் - 9443995061
கோவை: 77, மசக்காளிபாளையம் ரோடு, பீளமேடு - 8903707294
சிதம்பரம்: 22A / 18B தேரடி கடைத் தெரு, கீழவீதி அருகில் - 9994399347
செங்கல்பட்டு: 1 D ஜி.எஸ்.டி சாலை - 044 27426964 | சேலம்: 15, வித்யாலயா சாலை
தஞ்சாவூர்: காந்திஜி வணிக வளாகம் காந்திஜி சாலை - 9655542400
திண்டுக்கல்: பேருந்து நிலையம் - 9942331105, 9976053719
திருச்சி: வெண்மணி இல்லம், கரூர் புறவழிச்சாலை - 9994289492
திருநெல்வேலி: 25A, ராஜேந்திரநகர் - 9442149981 | திருப்பூர்: 447, அவினாசி சாலை - 9486105018
திருவண்ணாமலை: முத்தம்மாள் நகர் | திருவல்லிக்கேணி: 48, தேரடி தெரு - 9444428358
திருவாரூர்: 35, நேதாஜி சாலை - 9442540543 | நாகர்கோவில்: 699 கே.பி.ரோடு R.V.புரம் - 9443450111
நெய்வேலி: பேருந்து நிலையம் அருகில், - 9443659147 | பழனி: பேருந்து நிலையம் அருகில் - 7010760693
பாண்டிச்சேரி : கிழக்கு கடற்கரைச்சாலை, இலாசுப்பேட்டை, 9486102777
பெரம்பூர்: 52, கூக்ஸ் ரோடு - 9444373716
மதுரை: 37A, பெரியார் பேருந்து நிலையம் - 045 22324674 & சர்வோதயா மெயின்ரோடு
வடபழனி: பேருந்து நிலையம் எதிரில் அடையார் ஆனந்தபவன் மாடியில் - 9444476967
விருதுநகர்: 131, கச்சேரி சாலை - 0456 2245300
வேலூர்: பேஸ் III, சத்துவாச்சாரி - 9442553893

முகப்பு ஓவியம்: சின்மயா தேவி
நினைத்த நூல்கள்... நினைத்த நேரத்தில்...
BharathiTV | www.bookday.in
thamizhbooks.com
8778073949

அச்சு : பிரிண்டெக், சென்னை - 600 005.

நன்றி / ஆதாரம்

ஜவ்வாதுமலை அருகே நவிரமலை கல்வெட்டு கண்டெடுப்பு. 'தினமணி' நாளிதழ். 28 சனவரி 2018.

மலையாளி (பழங்குடியினர்) - தமிழ் விக்கிப்பீடியா (wikipedia.org)

https://www.dailythanthi.com/News/SirappuKatturaigal/2020/02/22141312/Jawadhumalai-Tribes-Protecting-Tamil-History.vpf?infinitescroll=1

'தினத்தந்தி' 22 பிப்ரவரி 2022; சிறப்புக் கட்டுரை : 'தமிழர் வரலாற்றைப் பாதுகாக்கும் ஜவ்வாதுமலை பழங்குடி மக்கள்'

ஜவ்வாது மலை - தமிழ் விக்கிப்பீடியா (wikipedia.org)

https://www.nakkheeran.in/special-articles/special-article/do-you-speak-malayalam-authorities-shake-tribal-people-life (Nakkheeran Published on 21/11/2020).

Parthasarathy, Jakka Division of Labour and Women: A Case Study of the Malayali of Jawadhi Hills, Tamil Nadu. In 'Social Science and Social Concern: Felicitation Volume in Honour of Professor B.K. Roy Burman'. S.B. Chakrabarti, ed: Mittal Publications, 1988.

ஆசிரியர் குறிப்பு

துரை ஆனந்த் குமார், வேலூரை சொந்த ஊராகக் கொண்டவர். சுகாதாரம், பாதுகாப்பு மற்றும் சுற்றுச்சூழல் நிபுணராக அபுதாபியில் அரசுத்துறையில் 2008 முதல் பணிபுரிகிறார்.

2018ஆம் ஆண்டு முதல், சிறுவர்களுக்கான கதை சொல்லுதல், கதை எழுதுதல் மற்றும் சிறார் குழு ஒருங்கிணைப்புப் பணிகளில் ஆர்வத்துடன் ஈடுபடுகிறார். 'KIDS TAMIL STORIES' என்னும் சிறார் குழுவின் ஒருங்கிணைப்பாளராகச் செயல்பட்டு வருகிறார்.

இதுவரை வெளியாகியுள்ள இவரது படைப்புகள்: -

மொத்தப் புத்தகங்கள்: 27

11 சிறார் சிறுகதைப் புத்தகங்கள்: (கெட்டிக்காரக் குட்டித்தவளை 1 & கெட்டிக்காரக் குட்டித்தவளை 2, இதுவும் கடந்து போகும், ஆகச்சிறந்த வீரன், இப்படிக்குத் திருடன் டிராகா, காயா பழமா சொல்லு, ஹோக்கஸ் போக்கஸ் என் பெயர் மாயா, பூம் பூம், லிவா, Ta-da & பயமா, எனக்கா?)

4 தொகுத்த நூல்கள்: (பேனா பிடித்த நட்சத்திரங்கள், போட்டி இல்லை; வானமே எல்லை, கதை வண்டி & கதைக்கும் நட்சத்திரங்கள்).

12 சிறார் நாவல்கள்:(ச்சூ மந்திரக் காடு, இரண்டாம் மெட்ராஸ், சின்னச் சின்ன ஆசை, நீலக்கழுகு, மாயத்தூக்கம், ஒன்பது காலைகள், பகைவி, The Pied Piper of Chennai, Who are you Guys?, அலிபாபாவும் நூறு திருடர்களும், பிச்சான் ஜஜ்ஜாரா & The Dragon's Triangle).

உள்ளடக்கம்

1

இரு பிரச்சினைகள்

ஜவ்வாது மலை (Javadi Hills) கிழக்குத் தொடர்ச்சி மலையில் வேலூர் - திருவண்ணாமலை மாவட்டத்தில் 262 ச.கி.மீ. பரப்பில் அமைந்துள்ளது. இம்மலையின் சராசரி உயரம் 1060 மீட்டரில் இருந்து 1,160 வரை ஆகும்.

வேலூரின் ஊட்டி என்று அழைக்கப்படும் இம்மலையை திருவண்ணாமலை-போளூர் வழியாகவும், வேலூரிலிருந்து அமிர்தி வழியாகவும், திருப்பத்தூரிலிருந்து ஆலங்காயம் வழியாகவும், செங்கத்திலிருந்து பல கொண்டையூசி (ஹேர் பின்) வளைவுகள் உள்ள மலைப்பாதைகள் வழியாகவும் அடையலாம்.

துபாயின் டிஸ்கவரி கார்டன்ஸ் குடியிருப்புப் பகுதியில் அந்தப் பெரிய அடுக்குமனை வளாகம் பரபரப்பாக இயங்கிக்கொண்டிருந்தது. 24 மணிநேரமும் கார்கள் உள்ளே நுழைவதும் வெளியே போவதுமாக இருந்தன. பிளாக்கிலிருந்த பெரிய ஃப்ளாட்டினுள் அவர்கள் அமர்ந்திருந்தார்கள்.

அப்பா ராஜ்குமார், அம்மா ராகினி இவர்கள் ஒரு சோஃபாவில் அமர்ந்திருந்தார்கள். எதிரே இருந்த சோஃபாவில் 9 வயது கவின் விரோதமாகப் பார்த்துக்கொண்டு அமர்ந்திருந்தான். ஐ-பேடில் விளையாடிக்கொண்டு இருந்தபோது பாதியில் கூப்பிட்டு விட்டார்களே என்ற கோபம்தான். பக்கத்தில் அவனுடைய அக்காவான, பன்னிரண்டு வயது ஆதிரா அமர்ந்திருந்தாள்.

"சொல்லு, இவ்ளோ செலவு செஞ்சி உன்னை ஸ்கூலுக்கு அனுப்பினா, ஏன் படிக்க மாட்ற? உனக்கு என்ன பிரச்சினை?"

யாரோ யாரையோ என்னவோ கேட்கிறார்கள் என்பதுபோல கவின் சும்மா இருந்தான்.

"இந்த வயசுலயே ஃபெயில் ஆனா, போகப் போக என்ன செய்வ?", இது அம்மா ராகினி.

"........."

"படிக்க முடியலேன்னா எதுக்கு இங்க இருக்கணும்? ஊருக்கு அனுப்பிடறோம்" என்றார் கடும் கோபத்துடன்.

கவின் என்னவோ முணுமுணுத்தான்.

"என்ன, சத்தமா சொல்லு?" என இரைந்தார் அப்பா.

"ஊரு இல்ல, அது வெறும் காடுன்னு சொல்றாம்ப்பா!" என்றாள் ஆதிரா.

"தெரியுதுல்ல? அப்ப ஒழுங்கா இங்கயே படிக்கணும். அக்கா பாரு, எப்படி இருக்கா?" என்று அவர் பெருமையாகச் சொன்னபோது, வீட்டின் அழைப்புமணி ஒலித்தது.

ஆதிரா ஓடிப்போய்த் திறந்தவள், முகம் மாறியபடித் திரும்பிவந்தாள். அந்த அடுக்குமனைகளின் வசிப்பவர்கள் சங்கத் தலைவர் நுழைந்தார். அவருக்குப் பின்னால் ஒரு பெண்மணியும் சிறுவனும் நுழைந்தார்கள். பார்த்தவுடன் அம்மாவின் முகம் கறுத்தது.

"இவங்க மாதவி, 2112வில இருக்காங்க. அவங்க பையனும் ஆதிராவும் ஒரே வகுப்புல படிக்கிறாங்களாம்" என்று ராஜ்குமாரிடம் சொன்னார்.

"வாங்க, உக்காருங்க!"

"இல்லைங்க, நாங்க உக்கார வரல. ஸ்கூல்ல நீங்க பெரிய பொறுப்புல இருக்கலாம். அதுக்காக உங்க பொண்ணு என் மகனை அடிக்கிறதை சும்மா விடமுடியுமா? அதுக்கு பதில் சொல்லுங்க" என்றார்.

"மொதல்ல பிரணவ்தான் என் போனிடெயிலைப் புடிச்சி இழுத்தான். அதான் அடிச்சேன்" என்றாள் தூக்கிவைத்த முகத்துடன்.

"இந்த முறை வேணா அவன் அப்படி செஞ்சிருக்கலாம். இதுக்கு முன்னால மூணு நாலு தடவ நடந்துச்சே! அதெல்லாம்?" என்று கடுகடுத்தார் மாதவி.

ஏதோ சமாதானம் சொல்ல முயன்ற அம்மாவைக் கையமர்த்திய தலைவர், "குழந்தைங்க சண்டை போடுவதும் உடனே சேந்து விளையாடுவதும் வழக்கம்தான். ஆனா, இன்னொரு முறை இவங்க புகார் செஞ்சாங்கன்னா அதுக்கு மேல நீங்க இங்க இருக்க முடியாது, பாத்துக்கங்க!" என்று சொல்லிவிட்டுக் கிளம்பினார். அவர்கள் மூவரும் சென்றதும் வீடே மழை பெய்து ஓய்ந்தது போல இருந்தது.

“ரெண்டு பெரும் ஒரே மாதிரிதான்" என்று குற்றம் சாட்டினார் அம்மா. "இவன் படிக்காம ஃபெயில் ஆயிட்டு வந்து நிக்கிறான். கிளாஸ் டீச்சர் புகார் செய்யிறாங்க. இவ படிச்சிடறா, ஆனா வம்புச் சண்டை பிரச்சினை பண்ணிட்டே இருக்கா".

"இதுதான் உங்களுக்குக் கடைசி எச்சரிக்கை" என்றார் அப்பா. "நானும் அம்மாவும் ஏற்கெனவே பிரச்சினைல இருக்கோம். நீங்க வேற ஏழரையை இழுத்து விடாதீங்க!" என்றவர், "இன்னொரு முறை நீங்க தொடர்ந்து தப்பு செஞ்சா, அப்பறம் நாங்க என்ன செய்வோம்னு எங்களுக்கே தெரியாது!" என்றார் உறுதியான குரலில்.

2

தேடி வந்த வம்பு

பத்துப்பாட்டில் ஒன்றான 'மலைபடுகடாம்' என்ற நூலில் 'நன்னன் சேய் நன்னன்' என்னும் குறுநில மன்னன் செங்கண்மாவைத் தலைநகரமாகக்கொண்டு, சேயாற்றங்கரையில் (தற்போதைய செய்யார்) அரசாண்டான் என்றும், அவனுடைய மலையின் பெயர் 'நவிரமலை' என்றும் கூறுகிறது. ஜவ்வாது மலையில் கிடைக்கக்கூடிய நடுகற்களில் காணப்படும் கல்வெட்டுகளில் 'நவிரமலை' குறிப்பிடப்பட்டுள்ளது. தற்போது கிடைத்த இந்த நடுகற்களில் அடிப்படையில் சங்ககாலத்தில் நன்னனின் கோட்டையாக ஜவ்வாது மலை இருந்திருக்கலாம் என்று கருதப்படுகிறது.

பளபளப்பான பெரிய ஃப்ளாட், உயர் வகைக் கார், இவற்றுடன் வீட்டில் சமையல் செய்ய ஒருவர், வீட்டை ஒழுங்குபடுத்தி வேலைகளை எல்லாம் செய்துவைக்க மற்றொருவர் என மொத்தம் இரு பணியாளர்கள் இருந்தனர். அந்த வகையில் ராஜ்குமாரின் குடும்பம் துபாயில் சிறப்பாகவே வாழ்ந்து வந்தார்கள் என்று சொல்லலாம்.

கணவன், மனைவி இருவரும் ஒரே பள்ளியில் வேலை செய்தார்கள். ஆரம்பத்தில் ஆசிரியர்களாக இருந்தவர்கள், இப்போது அந்தப் பள்ளியில் நிர்வாகக் குழு உறுப்பினர்களாகப் பணிபுரிந்தார்கள். உயர்வான சம்பளத்துடன் தலைமை ஆசிரியருக்கு இணையான மதிப்புதான். அது துபாயில் புகழ்பெற்ற சர்வதேசப் பள்ளிகளில் ஒன்று. பிரிட்டிஷ் பாடத்திட்டம் உடைய அந்தப் பள்ளியில், பல்வேறு நாடுகளைச் சேர்ந்த, மூவாயிரத்துக்கும் மேற்பட்ட பிள்ளைகள் படித்துவந்தார்கள்.

கல்வி ஒழுங்குமுறை ஆணையம், அவர்களது பள்ளிக்குப் பல கட்டுப்பாடுகளை விதித்திருந்தது. அவை எல்லாவற்றுக்கும் கட்டுப்பட்டு நடக்கவேண்டும். அதே நேரத்தில், மற்ற பள்ளிகளைவிட சிறப்பாய் நடத்தவேண்டும். மாணவர் சேர்க்கையில் பின்தங்கிவிடக் கூடாது. பள்ளிக்கு அதிகச் செலவோ, பண இழப்போ, கெட்ட பெயரோ எதுவும் வந்துவிடக்கூடாது. இப்படிப் பல்வேறு நிர்ப்பந்தங்கள்.

காலையில் எழுந்ததும் கணவன், மனைவி இருவரும் முதலில் பள்ளிக்குச் சென்று விடுவார்கள். சற்று நேரம் கழித்து, பிள்ளைகள் இருவரும் தயாராகி, சமையல் பணியாளர் தரும் உணவைக் கொறித்துவிட்டு, மதிய உணவை எடுத்துக்கொண்டு அதே பள்ளிக்குச் செல்வார்கள். தம் பெற்றோர், பள்ளியில் பெரிய அதிகாரத்துடன் இருந்ததில் பிள்ளைகளுக்கு ஒரே பெருமை.

ஆனால் பெற்றோருக்கு? தன்னைப் பார்த்ததும் பரபரப்புடன் எழுந்து நின்று வணக்கம் சொல்லும் ஆசிரியை, "உங்க மகன் சரியாகப் படிக்கல, ஃபெயில் ஆயிட்டான். கொஞ்சம் கவனிங்க!" என்று சொன்னபோது அவருக்கு ஒரே அவமானம் ஆகிவிட்டது. ஆதிராவின் அடிதடியும் அப்படித்தான்.

பள்ளியில் பெரியவர்கள் இருவருக்கும் கடினமான பணிச்சூழல்; இந்த நேரத்தில் பிள்ளைகளால் வரும் பிரச்சினைகளை வேறு என்று எண்ணி ராஜ்குமார் வருத்தப்பட்டார்.

"உங்க அப்பா அம்மாவை கொஞ்ச நாள் இங்க வந்து தங்க சொல்லலாமா?" என்று ராகினி ஆலோசனை சொல்லிப் பார்த்தார்.

“ஊருல அவங்க, உலகத்தைவிட்டு இங்க வந்திருவாங்களா? அப்படியே வந்தாலும் எங்களுக்குள்ள சண்டைதான் நடக்கும். விட்டுத்தள்ளு!" என்று ராஜ்குமார் முடித்துவிட்டார்.

'இனி கவின் ஒழுங்காகப் படிக்கவேண்டும்; ஆதிராவினால் வம்பு வழக்குகள் எதுவும் வந்துவிடக்கூடாது' என்ற கண்டிப்பான நிபந்தனையுடன் வீட்டில் கொஞ்சம் அமைதி திரும்பியது. ஒரு மாதம் எந்தப் பிரச்சினையும் இல்லை.

SILENCE PLEASE

அடுத்த மாதத் தேர்வில் கவின் மீண்டும் ஃபெயில் ஆனான். தேர்வின் முடிவு தெரிந்த அன்று வீட்டில் மீண்டும் ஒரே களேபரம்தான். மாற்றி மாற்றிப் பெரியவர்கள் இருவரும் திட்டியும் அவன் அசையவே இல்லை.

மறுநாள் மதியம் பள்ளி நூலகத்தினுள் ஆதிரா நுழைந்தாள். மேஜையில் அமர்ந்தபடி புத்தகம் ஒன்றை விரித்து வைத்துக்கொண்டாள். மனம் என்னவோ அதில் பதியவில்லை. இந்தப் பிரணவ்வினால் அப்பா, அம்மாவிடம் வேறு திட்டு வாங்கவேண்டி இருக்கிறதே! எல்லா முறையும் குறும்பு செய்வது என்னவோ அவன், ஆனால் பழி அவள் மீது விழுகிறது. இனி அவன் இருக்கும் இடத்திற்கே போகக் கூடாது என நினைத்துக்கொண்டாள்.

மனம் சற்று ஆறுதல் அடையவே, புத்தகத்தை வாசிக்க ஆரம்பித்தாள். ஆனால் வம்பு அவளைத் தேடி வந்தது. அவளது தலையை யாரோ பிடித்து இழுத்தார்கள்.

யாரோ என்ன, ஒரே ஒருவன்தான். இத்தனை நேரம் முடிவு செய்து வைத்தது எல்லாம் ஒரு நொடியில் மறந்து போக, ஆத்திரத்துடன் அருகில் சென்று அவனைப் பிடித்து உலுக்கிக் கீழே தள்ளினாள். கீழே விழுந்தபோது அவனது முழங்கையில் பலமாக அடிபட்டு ஓவென்று அலறி அழத் துவங்கினான்.

எல்லோரும் சுற்றிக் குழுமிவிட்டார்கள். அடுத்த சில நிமிடங்களுக்குள் ஆம்புலன்ஸ் ஒன்று பள்ளிக்குள் நுழைந்து பிரணவுக்கு முதலுதவி செய்தது; அவனது கையில் எலும்பு முறிந்துவிட்டது என்று சொல்லி, அவனை மருத்துவமனைக்கே கூட்டிச் சென்றுவிட்டார்கள்.

ஆதிராவின் வாழ்வை இந்த நிகழ்வு மாற்றிவிட்டது.

3

கடின முடிவு

மலையாளத்தைத் தாய்மொழியாகக்கொண்ட மலையாளிகளை நாம் அறிவோம். இன்னொரு வகை மலையாளிகளும் இருக்கிறார்கள். அவர்கள் யார் தெரியுமா? வட தமிழ்நாட்டில் கிழக்குத் தொடர்ச்சி மலைகளில் வாழுகின்ற பழங்குடியின மக்களாவர். இவர்கள் பொதுவாக தமிழ்நாட்டின் சேர்வராயன் மலை (சேலம்), கொல்லி மலை (நாமக்கல்), பச்சை மலை (திருச்சி), கல்வராயன் மலை (தருமபுரி), ஏலகிரி மலை (திருப்பத்தூர்), சித்தேரி மலை (அரூர்) மற்றும் ஜவ்வாது மலை (திருப்பத்தூர்), (திருவண்ணாமலை) போன்ற இடங்களில் காணப்படுகின்றனர். இவர்கள் மலைகளில் குடியேறியுள்ளதால், மலைகளை ஆள்பவர் என்னும் பொருளில் தங்களை 'மலையாளி' என்றும் அழைத்துக்கொள்கின்றனர். இம்மக்கள் பேசும் மொழி தமிழாகும்.

பள்ளியின் நிர்வாகக் குழு, அவசரமாகக் கூடியிருந்தது. மொத்தம் ஐந்து பேர்தான். தலைமை ஆசிரியர், போர்டு உறுப்பினர் தவிர மூன்று நிர்வாகக்குழு உறுப்பினர்கள். அந்த மூன்று பேரில், ராஜ்குமாரும் ராகினியும் இருந்தார்கள். சந்திப்பு துவங்கியது.

ஆதிரா என்ற மாணவி, பிரணவ் என்ற மாணவனைத் தாக்கிய சம்பவத்தில் என்ன செய்யவேண்டும் என விவாதித்தனர். முதலில் மூன்றாவது நிர்வாகக்குழு உறுப்பினரான மொஹம்மத் ஹாஷிம், 'பள்ளியில் கட்டுக்கோப்பு குலைந்து வருகிறது, இரும்புக்கரம் கொண்டு நடக்கவேண்டிய விஷயங்களில் சமரசம் செய்ய முடியாது' என்று அழுத்தமாக எடுத்துரைத்தார்.

SCHOOL
BOARD MEETING

SCHOOL
BOARD MEETING

"நிச்சயம் அந்தப் பெண்ணை சஸ்பெண்ட் செய்யணும், ஓரிரு வாரங்களுக்காவது!" என்றார் தலைமை ஆசிரியர். ராஜ்குமார் தம்பதியின் மகள்தான் ஆதிரா என்பதை அறிந்திருந்ததால் அவரது குரலில் சங்கடம் தெரிந்தது.

மொஹம்மத் ஹாஷிம், "பாதிக்கப்பட்ட பையனின் அம்மா, கண்டிப்பானவராத் தெரியிறாங்க. அந்தம்மா போலீசிடம் போனா பள்ளியின் பேர் கெட்டுடும்" என்றார்.

"எந்தக் காரணம் கொண்டும் ஸ்கூலோட பேர் கெட்டுப் போகக்கூடாது!" என்று போர்டு உறுப்பினர் பதறினார்.

"நிச்சயம் அவங்களால எந்த ஒரு புகாரோ, பிரச்சினையோ வராது" என்று துவங்கினார் ராகினி.

போர்டு உறுப்பினர் வியந்துபோய், "எப்படிச் சொல்றீங்க?" என்று விசாரித்தார்.

ராகினி, "நான் அவங்ககிட்டப் பேசிட்டேன்" என்றார்.

"அது எப்படி?" என்றார் மூன்றாவது நிர்வாகக்குழு உறுப்பினர்.

"ஆதிரா எங்க மகதான்!" என்று துவக்கினார் ராஜ்குமார். எல்லோரும் அவரை கவனித்தனர்.

"எங்க மக அப்படின்னாலும் பள்ளி விதிகள்படிதான் நாம எது ஒண்ணையுமே செய்ய முடியும். இது அவளுக்கு ஐந்தாவது சண்டை. ஏற்கெனவே எச்சரிக்கை குடுக்கப்பட்டிருக்கு. அதனால இம்முறை சஸ்பெண்ட் பண்ண வேண்டியதில்லை" என்றார்.

"........."

"ஆமா, சஸ்பெண்ட் செய்யக்கூடாது; ஆதிராவைப் பள்ளியை விட்டே அனுப்பிடணும். அதுதான் சரி. மத்த மாணவ, மாணவிகளுக்கும் ஒரு எச்சரிக்கையா இருக்கும்" என்றார். அவரது முகத்தில் எந்த உணர்ச்சியும் இல்லை.

"நீங்க ரெண்டு பேருமே இந்த நிர்வாகக் குழுவுக்கு முற்றிலும் தகுதியானவங்க" என்று பாராட்டினார் போர்டு உறுப்பினர். "பெற்றோர் அப்படிங்கற முறையில ஆதிராவைக் காப்பாத்த

IX STD
3-3

நினைப்பீங்கன்னு நான்கூட உங்க ரெண்டு பேரையும் சந்தேகப்பட்டேன், சாரி!" என்றார்.

"பரவாயில்லை சார்! ஆதிராவைப் பள்ளியைவிட்டே அனுப்பிடுறோம்னு சொன்னதால, எந்தப் பிரச்சினையும் செய்யமாட்டேன்னு பிரணவ் அம்மா சொல்லிட்டாங்க" என ராகினி தெளிவுபடுத்தினார்.

"சரி, அப்படியே செய்ங்க" என்று மன நிறைவுடன் போர்டு உறுப்பினர் விடைபெற்றார். அவர் சென்ற பிறகு, "என்ன ராஜ் திடும்னு இப்படிச் சொல்லிட்டீங்க?" என்ற தலைமை ஆசிரியர், "பாதிக் கல்வியாண்டுல ஆதிராவை துபாய்ல வேற எந்த ஸ்கூல்லயும் சேக்கமாட்டாங்களே!" என்று கவலைப்பட்டார்.

"இங்க எங்கயும் இல்ல. இந்தியாவுக்கே பசங்க ரெண்டு பேரையும் அனுப்பிடப் போறோம்."

"இந்தியாவுக்கா? அங்க பிரிட்டிஷ் பாடத்திட்டம் உள்ள ஸ்கூலுங்க கம்மிதான?" என்றார்.

"உண்மைதான். ஊர்ல எங்கப்பா, அம்மா சேந்து ஒரு ஸ்கூல் நடத்துறாங்க. அங்க அனுப்பிடப்போறேன்" என்றார்.

"கிரேட்! ஒரு கடின முடிவை சுலபமா எடுத்துட்டீங்க. எங்க, சென்னையா?" என்றார்.

"இல்ல, திருவண்ணாமலை-திருப்பத்தூர் பக்கம், ஜவ்வாது மலை" என்றார் ராஜ்குமார். அவரது முகத்தில் வெறுப்பு படர்ந்தது.

4

விரும்பாத பயணம்

ஜவ்வாது மலையில் பல்லாயிரம் ஆண்டுகளுக்கு முன்பு மனிதர்கள் வாழ்ந்ததற்கான அடையாளங்கள் காணப்படுவதாக வரலாற்று மற்றும் தொல்லியல் ஆய்வாளர்கள் கூறுகின்றனர். ஜவ்வாது மலையில், மேல்பட்டு கிராமத்தை அடுத்த பெரு முட்டம் என்ற சிறிய கிராமத்தில் 3 ஆயிரம் ஆண்டுகளுக்கு முந்தைய கல்திட்டைகள் எனப்படும் கல் குகைகள் கண்டுபிடிக்கப்பட்டுள்ளன. பல மலைவாசிகள் அவற்றைப் பாதுகாக்கையில், அவற்றின் அருமை தெரியாமல் பார்வையாளர்களும், சில உள்ளூர் மக்களும் அந்தத் திட்டைகளைச் சிதைக்கும் அவலமும் நடைபெறுகிறது

பொதுவாக ராஜ்குமார் தம்பதி முடிவெடுத்தால் பின்வாங்கமாட்டார்கள். இப்போதும் அப்படித்தான். இரண்டு பிள்ளைகளையும் இந்தியா அனுப்ப முடிவெடுத்தபின் மளமளவென வேலைகளைச் செய்தார். முதலில் தன் அப்பாவை அழைத்தார்.

போனை எடுத்த ஸ்ரீனிவாசன், "என்னப்பா! ஒரு வருஷம் கழிச்சு இப்பதான் எங்க நினைவு வந்துச்சா? ஒண்ணும் பிரச்சினை இல்லையே அங்க?" என்றார். அதாவது, ஏதாவது பிரச்சினை என்றால்தானே பெரியவர்கள் நினைவு வரும் என்று சொல்லாமல் சொல்வதுபோல.

"அ… அது வந்து…" என்று லேசாகத் தடுமாறிய ராஜ்குமார், "பசங்களால இங்க படிக்க முடியல. எங்களுக்கும் அவங்களைக் கவனிக்க நேரமில்ல" என்று நிறுத்தினார்.

"அதால?"

"அதால, ஊருக்கு அனுப்பி வைக்கிறேன், அங்கேயே படிக்க வைக்க முடியுமா? இல்லேன்னாலும் சொல்லுங்க, ஏதாவது உறைவிடப் பள்ளி…" என்று முடிக்கும்முன்,

"அதெல்லாம் தேவையில்ல. இத்தனை பிள்ளைகள் படிக்கும்போது இவங்க ரெண்டு பேர் படிக்க முடியாதா? இப்பவாவது உனக்குப் புத்தி வந்துச்சே. அப்படியே நீங்களும் வந்தா இங்க நாம எல்லாரும் சேந்து..." என்று பெரியவர் முடிக்கும்முன், "தேங்க்ஸ்" என்று ராஜ்குமார் போனை வைத்துவிட்டார்.

அடுத்து எமிரேட்ஸ் விமானத்தில் சென்னைக்கு பிசினெஸ் வகுப்பில் இரு டிக்கெட்டுகளை வாங்கிவிட்டார். எல்லாம் முடிந்தபின் பிள்ளைகளை அழைத்து, இந்தியாவுக்கு அனுப்பப்போவதாகச் சொன்னார்.

ஆதிரா முகத்தில் மாற்றம் இல்லை. ஆனால் கவின், "வேணாம்ப்பா!" என்று சுவிட்ச் போட்டதுபோல உடனடியாக அழ ஆரம்பித்தான்.

"என்ன வேணாம்?" என்றார் அம்மா.

"எதுவுமே வேணாம். இங்கயே இருக்கோம். நான் இனிமே நல்லா படிக்கிறேம்மா!" என்றான் உதடு துடிக்க.

"இங்க பாருங்க", என்று துவங்கிய ராஜ்குமார், "எங்களுக்கு இது சம்பாரிக்கவேண்டிய வயசு. உங்களுக்கு நல்லா கட்டுப்பாடா இருக்கவேண்டிய வயசு. அதனால, நாங்க இங்கதான் இருக்கணும். நீங்க ஊருக்குப் போயி தாத்தா, பாட்டி கூட இருந்து படிங்க" என்றார் தீர்மானமாக.

"தாத்தா, பாட்டி முகமே சரியா ஞாபகம் இல்ல. அப்பறம் எப்படிப்பா?" என்று ஆதிரா முகத்தைத் தூக்கி வைத்துக்கொண்டாள்.

அம்மாவுக்குப் பிள்ளைகளைப் பார்க்கப் பாவமாக இருந்தாலும் வேறு வழியிருக்கவில்லை. "நாங்க வருஷத்துக்கு ஒருமுறை வந்து பாக்குறோம்" என ஆறுதல் சொல்லிவிட்டு, துணிகளை எடுத்து அடுக்க ஆரம்பித்தார்.

ஊருக்குக் கிளம்ப வேண்டிய நாளும் வந்தது.

வீட்டிலிருந்து கிளம்பி, விமான நிலையத்தை அடைந்தார்கள். பதினெட்டு வயதுக்கு கீழே உள்ள பிள்ளைகள் தனியே பயணம் செய்யப்போகிறார்கள் என்பதால் ராஜ்குமார் ஏற்பாட்டைப்

பதிவு செய்து பணம் கட்டியிருந்தார். அதன்படி, விமான நிலைய வாசலிலேயே ஒரு பெண் ஊழியர் தயாராக நின்றிருந்தார்.

உள்ளே சென்று எடைபோட்டு இருவருக்கும் போர்டிங் பாஸ் வாங்கியது, குடியுரிமைச் சோதனை, விமான வாயிலில் காத்திருப்பது இவை எல்லாவற்றையும் செய்துமுடித்து, விமானத்தின் உள்ளே நுழையும்வரை அந்த அக்காவே செய்து கொடுத்தார்.

விமானத்தின் உள்ளே நுழைந்து அமர்ந்ததும் துடைத்துக்கொள்ள ஈர டிஷ்யூவும் எலுமிச்சை ஜூசும் கொடுத்தார்கள். விமான சிப்பந்தி அக்கா ஒருவர் அவர்களுக்கென படம் வரையும் புத்தகம், க்ரேயான்களைக் கொடுத்தார். கவின், படம் வரைவதில் ஆர்வமாக ஈடுபட்டான். ஆதிரா, காதில் இயர்போனை மாட்டிக்கொண்டு அவளது அலைபேசியில் ஏதோ பார்த்துக்கொண்டு இருந்தாள்.

சுமார் முப்பது நிமிடங்கள் கழித்து, விமானம் கிளம்பி, ஓடுபாதையில் முழு வேகத்தில் உதறியபடி ஓடி வானில் ஏறியது.

அதற்குப் பிறகுதான் நிலைமையின் தீவிரம் பிள்ளைகளுக்குப் புரிந்தது எனலாம். துபாயிலேயே பிறந்து, வளர்ந்திருந்த இருவரும், ஓரிரு முறை இந்தியாவிற்குப் போய் வந்திருந்தார்கள்தான். ஆனாலும் அவையெல்லாம் நினைவு தெரிவதற்கு முன்பு. கடந்த ஐந்து வருடங்களாக அவர்கள் இந்தியாவுக்கே போகவில்லை. தாத்தா, பாட்டியின் முகங்கள் கூட சரியாக நினைவில் இல்லை.

வருடா வருடம் பிறந்த நாள் அன்று போனில் தாத்தா, பாட்டி இருவரும் வாழ்த்து சொல்வார்கள். அதற்கு நன்றி சொன்னதற்கு மேல் பெரிதாகப் பேசியதும் கிடையாது. பழகவே இல்லை. இப்படி இருக்கும்போது என்ன நம்பிக்கையில் பெற்றோர் அங்கே அனுப்புகிறார்கள்?

"ஏங்க்கா! தாத்தாவுக்கு அப்பாவைப் புடிக்காதுன்னு தெரியும். அப்புறம் நம்மை மட்டும் புடிக்குமா?" என்றான் சந்தேகமாக.

"புடிக்கலேன்னு திரும்ப வந்தா அப்பாம்மா சரின்னு சொல்வாங்களா?" என ஆதிரா எதிர்கேள்வி கேட்டாள்.

"........"

"அம்மா, அப்பாக்கே நம்மளப் புடிக்கல. அதான் அனுப்பிட்டாங்க. அப்புறம் மத்தவங்களுக்கு நம்மைப் புடிச்சா என்ன, புடிக்கலேன்னா என்ன, விட்டுத்தள்ளு!" என்றாள் கோபமாக. அவளது கண்களும் கலங்கித்தான் இருந்தன.

"அது வந்து... அப்பா அடிக்கடி சொல்வாரேக்கா... அது ஊரே இல்ல, காடுன்னு. சிங்கம், புலியெல்லாம் இருக்குமா?" என்றான்.

"தெரியல" என்றாள். அவள் மட்டுமென்ன, இந்தியா போய் இதையெல்லாம் கவனித்திருக்கிறாளா என்ன?

"..............."

"ஆனா, என் தோழிகள் லீவுக்கு ஊருக்குப் போயிட்டு வந்தப்ப சொல்லியிருக்காங்க. அங்கெல்லாம் ஊருல எறும்பு, ஈ, கொசு, தெருநாயெல்லாம் நிறைய இருக்குமாம். ஊரே தூசியா, அழுக்கா இருக்குமாம். வசதிகளே இருக்காதாம்." என்று ஆதிரா பெருமூச்சு விட்டாள்.

"அப்பறம் எப்படிக்கா அப்பாம்மா நம்மளை அங்க அனுப்பறாங்க?" என்றான் கோபமும் அழுகையாக.

"................."

"கட்டுப்பாடா இருக்கணும்னு நம்மளை அங்க அனுப்பறாங்களே, அப்படின்னா தாத்தா ஒரு ஸ்ட்ரிக்ட் ஆஃபீஸராக்கா?" என்று அழுகையின் விளிம்பை நோக்கி நகர்ந்தான்.

அவள் பதில் சொல்லுமுன், சென்னை விமான நிலையத்தை நெருங்கிவிட்டதாகவும் சீட் பெல்ட் போட்டுக்கொள்ளும்படியும் விமானி அறையிலிருந்து அறிவிப்பு கேட்டது. சீட் பெல்ட் படம் போட்டிருந்த விளக்குகள் ஒளிர்ந்தன.

ஓரிரு நிமிடங்களில் விமானம் பின்சக்கரங்களைத் தேய்த்தபடி சென்னை விமான நிலையத்தில் தரையிறங்கியது.

இந்திய மண்ணில் கால் வைக்க கொஞ்சமும் விருப்பமின்றி இருவரும் ஒருவரை ஒருவர் பார்த்துக்கொண்டார்கள்.

5

புதிய அறிமுகங்கள்

ஆசியாவின் பெரிய அடித்தண்டு கொண்ட நீர் மரம், ஜவ்வாது மலையிலுள்ள மேல்பட்டு கிராமத்தில் உள்ளது. ஆயிரம் ஆண்டுகள் பழைமையான இந்த நீர் மரத்தின் அடித்தண்டைக் கட்டிப்பிடிக்க 20 நபர்கள் கை கோர்க்க வேண்டும்.

பிள்ளைகள் இருவரின் வாழ்வில் அன்றைய நாள் ஒரு மறக்க முடியாத நாளாக மாறிவிட்டது. சுருக்கமாகச் சொன்னால் அடுத்தடுத்த அதிர்ச்சிகள்தான். விமானம் நின்று சீட் பெல்ட்டைக் கழற்றியவுடனே, பயணிகள் அனைவரும் கொத்துக்கொத்தாக எழுந்து நின்று வெளியே செல்ல முண்டியடித்தனர். அவசரமே இல்லாமல், மிக நிதானமாக இறங்கியவர்கள் இவர்கள் மட்டும்தான்.

இங்கும் இவர்களுக்காக ஓர் அண்ணன் நின்றிருந்தார். ஒவ்வொரு இடமாக அழைத்துச் சென்று, வட்ட பெல்ட்டில் இவர்களது பைகளையும் எடுத்து, டிராலியில் வைத்தார். இடைப்பட்ட நேரத்தில் கவின் மட்டும் சுண்டுவிரலைக் காட்டிவிட்டுக் கழிவறைக்குச் சென்று வந்தான். "ஹாரிபிள்க்கா, ரெஸ்ட்ரூம் ஒரே வாடை, சுத்தம் செய்யவே மாட்டாங்களா?" என்று முகத்தைச் சுளித்தான்.

விமான நிலைய வெளிவாசலுக்கு வந்தார்கள். நூற்றுக்கணக்கானோர் கசகசவென்று வெளியே குழுமியிருந்தார்கள். அவர்களில் இவர்களது தாத்தா, பாட்டி யாரென்று எப்படி அடையாளம் காண்பது?

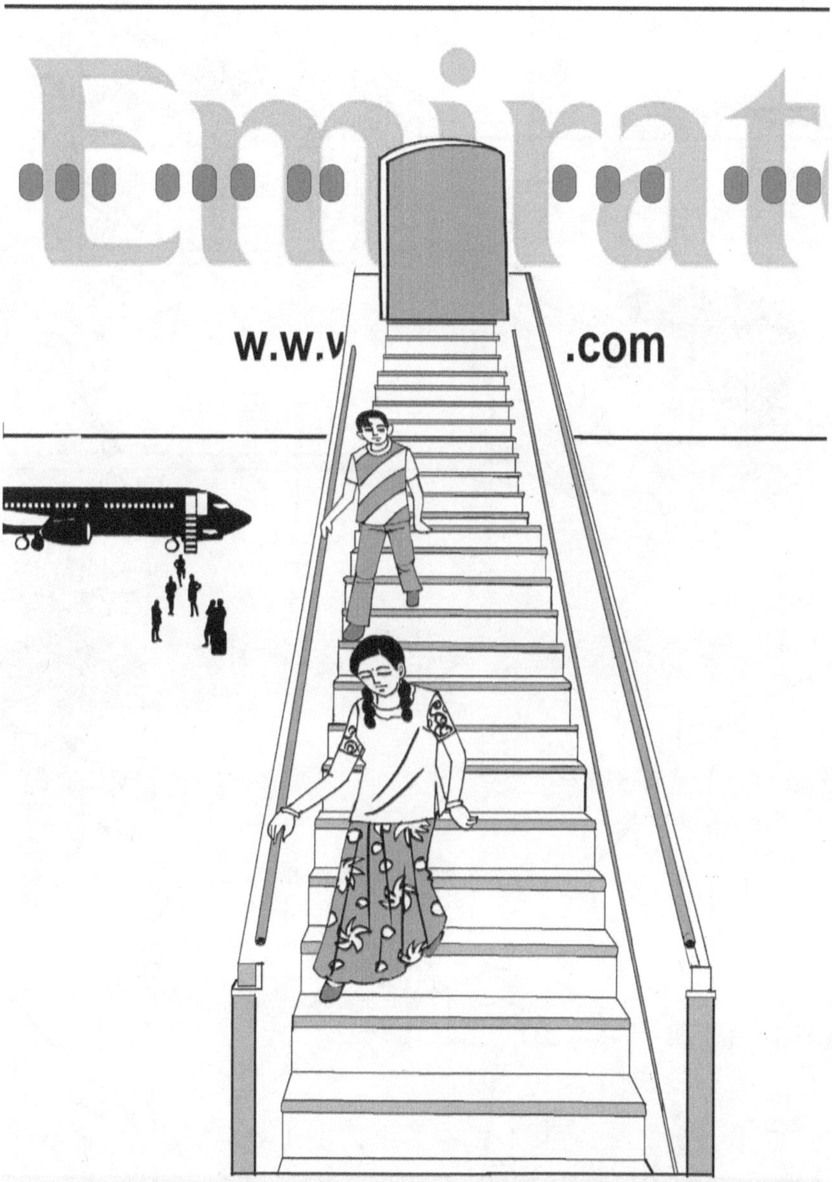

Emirat
w.w.v .com

ஆதிரா, கவின்.

அழைத்துச் சென்ற அண்ணனின் பார்வையில் உயர்த்திப் பிடித்த அட்டை ஒன்று சிக்கியது. முதிய தம்பதி நின்றிருந்தனர். அதில் ஆதிரா-கவின் என எழுதப்பட்டிருந்தது. அண்ணன் கை காட்டுமுன் அவர்களே கையசைத்தனர். சற்றே கலங்கிய கண்களுடன், "வாங்க கண்ணுங்களா!" என்றார் பாட்டி. "வெல்கம்" என்று புன்னகைத்து வரவேற்றார் தாத்தா.

புன்னகை செய்வதுபோல பாவனை செய்தாள் ஆதிரா. கவினோ அவர்களை ஆவென்று பார்த்துக்கொண்டு இருந்தான். அந்த அண்ணன் அப்படியே சென்றுவிடவில்லை. தாத்தாவின் அடையாள அட்டையை வாங்கிப் பரிசோதித்துவிட்டு, சரியான நபர்தான் என்று உறுதியான பிறகே பிள்ளைகளை ஒப்படைத்துச் சென்றார்.

பிள்ளைகள் இப்போதுதான் தாத்தா-பாட்டியைப் பார்த்தனர். வயதானபோதும் கம்பீரம் குறையாத உருவங்கள். ஸ்ரீனிவாசன் தாத்தா லேசாக முறுக்கிய மீசையுடன் உயரமாக இருந்தாரென்றால், பாட்டி மணிமேகலை கனிவான கண்களுடன் மலர்ச்சியாகக் காட்சியளித்தார்.

"இப்பதான் நம்ம ஊருக்கு உங்களை அனுப்பணும்னு உங்க அப்பாவுக்குத் தோணுச்சா? சுத்த விவரமில்லாதவன்" என்று தாத்தா சிரிப்புடன் கோபத்தையும் வெளிப்படுத்தினார். பிள்ளைகள் இருவரும் ஒருவரையொருவர் பார்த்துக்கொண்டனர்.

"வேலு!" என்று குரல் கொடுத்ததும், ஓட்டுநர் ஒருவர் விரைந்து வந்து இவர்களது பெட்டி, பைகளை எடுத்து அருகிலிருந்த மஹிந்திரா XUV 500 வண்டியில் ஏற்றினார். "வாங்க, கிளம்புவோம்" என்று தாத்தா சொல்லிவிட்டு, முன்னால் ஓட்டுநர் அருகில் அமர்ந்தார். பின்னால் பாட்டியுடன் இருவரும் ஏறிக்கொண்டதும் வண்டி கிளம்பியது.

விமானத்தில் வந்த களைப்பு என்று சொல்லிவிட்டு ஆதிரா கண்களை மூடிக்கொண்டு தூங்குவதுபோல இருந்து பேசாமல் தப்பித்தாள். வயதில் சிறியவன் என்பதால் கவினுக்கு அந்த நுட்பம் தெரியவில்லை. தாத்தா, பாட்டியுடன் அவ்வப்போது பேசினான், அவர்கள் கேட்ட கேள்விக்கு பதிலும் சொன்னான்.

துபாயை வைத்துப் பார்க்கும்போது சென்னையின் சாலைகளே சிறிதாகவும் பழையதாகவும் தெரிந்தன. அங்கிருந்து கிளம்பி ஸ்ரீபெரும்புதூர், வேலூர், திருப்பத்தூர் வழியாக புதூர்நாடு கிராமத்தை அடைந்தபோது அவர்கள் வேறு ஏதோ ஓர் உலகத்திற்குச் சென்றவர்கள்போல உணர்ந்தனர்.

ஆறு மணிநேரப் பயணத்திற்குப் பிறகு மதிய நேரத்தில்தான் தாத்தா வீட்டை அடைந்தனர். திருப்பத்தூர் தாண்டியதுமே இயற்கை எழில் கொஞ்ச ஆரம்பித்தது. சாலையின் இருபுறமும் ஒரே மரங்கள்தான். பார்ப்பதற்குப் பரவசமாக இருந்தது என்னவோ உண்மைதான். கண்ணில் பட்டதையெல்லாம் கவின் பாராட்டித் தள்ளினான். ஆதிரா அமைதியாகவே வந்தாள்.

வீட்டு வாசலில் சென்று இறங்கியபோது ஒரு முதிய பெண்மணி, சற்றே கூன் வளைந்த முதுகுடன் வந்து, ஆலம் சுற்றி, பிள்ளைகளை வீட்டுக்குள் அழைத்தார்.

கவின் அக்காவை ஏறிட்டுப் பார்த்தான். நம்மைப் பிடிக்காமலா ஆலம் சுற்றி வரவேற்பார்கள் என்று அவன் கேட்க நினைத்ததை ஆதிரா புரிந்துகொண்டும் மௌனமாகவே இருந்தாள்.

வீடு கொஞ்சம் பழையதாக இருந்தாலும் சுத்தமாகவே இருந்தது. பல அறைகளுடன் இருந்தது. அவற்றில் ஒன்றிரண்டு காலியாகவே இருந்தன.

"எங்க ரூம் எது தாத்தா?" என்றான் கவின்.

"அதோ அந்த நடு ரூமில உங்க பைகளை வைங்க" என்ற தாத்தாவின் குரல் தெளிவாக ஒலித்தது. "அதுக்காக அது உங்க ரூமெல்லாம் கிடையாது." இதைக் கேட்ட கவினுடைய முகம் வாடிவிட்டது.

"அப்பா மேல உள்ள கோவத்தைத் தாத்தா நம்ப மேலதான் காட்டுவாருன்னு தோணுது" என்றான். ஆதிரா ஆமோதிப்பதாகத் தலையசைத்தாள்.

6

வேலு மாமா

ஜவ்வாது மலைப்பகுதியை சேர்ந்த மலைவாசி மக்கள் செவி வழிச் செய்தியாகச் சொல்வது, வாலியம்பாறையில் வசித்த வாலியர்கள் என்ற குள்ளர்களின் கூட்டம் கட்டிய குகைகள் அவை என்றும், 3 அடி உயரம் கொண்ட வாலியர்கள் பிறகு வடக்கே எங்கோ சென்று விட்டதாகவும் சொல்கிறார்கள். ஏராளமான சிறு பாறைகளை ஒன்றன் மீது ஒன்றாக அடுக்கி வைத்து மேலே அகலமான ஒரு பெரிய பாறையைக் கூரையாக வைத்து குகை போல அமைத்துள்ளனர்.

அந்த வீட்டிலேயே ஆதிராவுக்குப் பேச முடிந்த ஒரே ஆளாக வேலு மாமாதான் இருந்தார். அவரது அப்பாவியான உருவமும் புன்னகையும் பிள்ளைகளுக்கு அவரைப் பிடிக்கக் காரணமாக இருந்தன. "ஆரம்பத்துல உங்கப்பாவும் நானும் ஒண்ணா படிச்சோம். அப்புறம் அவரு என்னென்னவோ படிச்சாரு. நமக்கு அவ்ளோ தாங்காது" என்று நெற்றியைத் தட்டிக் காட்டிச் சிரிப்பார்.

"சின்ன வயசுல அப்பா எப்படி இருப்பாரு? என்ன செய்வாரு?" என்று கேட்டான் கவின். "சொல்றேன்" எனத் துவங்கிய வேலு, ஸ்ரீனிவாசன் அழைத்ததால், "இதோ வர்றேங்கய்யா!" என விடுவிடுவென்று சென்றுவிட்டார். 'பாத்தியா, அப்பாவைப் பத்திக் கேட்டதால' என்பதுபோல் பிள்ளைகள் ஒருவரையொருவர் பார்த்துக்கொண்டனர்.

அவரது சொந்த ஊர் ஜோலார்பேட்டை என்னும் இடமாம். அங்கேதான் குடும்பம் இருக்கிறதாம். வாரக் கடைசியில் வீட்டுக்குப் போய் வருவாராம். இதையெல்லாம் அவ்வப்போது அவரிடம் கேட்டுத் தெரிந்துகொண்டதுதான். 'மறுநாள் வீட்டுக்குப் போய்விட்டு, அடுத்தநாள் திரும்பி வருவேன்'

என்றார். அவர் இல்லாத ஒரு நாள் மிகவும் போரடித்தது போலப் பிள்ளைகள் உணர்ந்தனர்.

ஊரைச் சுற்றிப் பார்க்க ஆசை என்பதை கவின் மூலமாகவே சொல்ல வைத்தாள் ஆதிரா. அதன் விளைவாக, வேலு மாமாவை ஜீப்பில் ஊரைச் சுற்றிக்காட்ட தாத்தா சொல்லியிருந்தார். மூவரும் கிளம்பினர். ஜீப் செல்லத் துவங்கியது.

சில கிலோமீட்டர்கள் தொலைவிலிருந்த பீமன் மடவு என்ற அருவியில் அருமையாகத் தண்ணீர் கொட்டி சிதறிக்கொண்டு இருந்தது. ஒரு சிறு சுற்றுலாத்தலம்போல இருந்த அந்த அருவியில் சுமார் இரண்டு மணி நேரம் போனதே தெரியாமல் பிள்ளைகள் குளித்து மகிழ்ந்தார்கள்.

"ஜவ்வாது மலை, அதைச் சுத்தி என்ன மாமா இருக்குது?" என்று ஆதிரா துவங்கினாள்.

வேலு, "விதவிதமான மரம் செடி கொடிகள் தவிர, நம்ம தமிழ் முன்னோர்கள், 3000 வருஷங்களுக்கு முன்னாடி இறந்து புதைந்த இடங்கள்தான் அங்க இருக்கு .அவங்களுக்குப் பேரு வாலியர்கள்னு சொல்வாங்க" என்றார்.

"வாலியர்களா?" என்றான் கவின்.

"ஆமா. குள்ளமா இருந்ததால குள்ளர் குகைகள்னுகூட சொல்வாங்க!" என்றார் வேலு.

"அப்படியா? அங்க கூட்டிட்டுப்போயி காட்டறீங்களா மாமா!" என்றாள் ஆதிரா.

"நிச்சயமா கண்ணுங்களா! ஆனா அதுக்குக் காலையிலே கிளம்பணும். இன்னொரு நாள் போவோம். அய்யாவையும் கூட்டிக்கிட்டு" என்றார் புன்னகையுடன்.

"தாத்தாவெல்லாம் வர வேணாம் மாமா!" என்றாள் வெடுக்கென. அவரை அப்பாவின் நண்பராக நினைப்பதா, வீட்டுப் பணியாளராக நினைப்பதா என்று புரியாமல் தடுமாறினாள்.

அவளது மனதைப் படித்தவர்போல, "வேலைக்காரன்தான்; ஆனா உங்கப்பாவும் சரி, தாத்தாவும் சரி, என்னை வீட்டுல ஒருத்தன் போலதான் நடத்துறாங்க. சொல்லலாம்னு நினைச்சா சொல்லும்மா? ஏன் உங்க தாத்தா, பாட்டி கிட்ட பேச மாட்ற?" என்று கேட்டார்.

வியப்புடன் அவரைப் பார்த்துப் புன்னகைத்தவள், "அப்பாவுக்கும் தாத்தாவுக்கும் எப்பவுமே ஒரே சண்டைதான் மாமா! அப்பா ஒரு வருஷம் முன்னாடி போன் பேசினப்பவும் தாத்தா ஒரே சண்டை போட்டு போனை வெச்சிட்டாராம். அதான் எனக்குப் புடிக்கல" என்றாள்.

"அடடா! இன்னுமா சண்டை தீரல?" என்று மாமா பெருமூச்சு விட்டார்.

"அப்படின்னா முன்னாடி எப்போ, எதுக்கு சண்டை ஆரம்பிச்சிது மாமா?"

மாமா சற்று யோசித்துவிட்டு, "என்னால எல்லாத்தையும் சொல்ல முடியல. ஐயா இல்லேன்னா அம்மா சொன்னாதான் சரியா இருக்கும். இப்போதைக்கு ஒண்ணு மட்டும் சொல்றேன். உங்க தாத்தா, பாட்டி கெட்டவங்க இல்ல. அவங்க மனசு யாருக்கும் வராது" என்றார்.

"………"

"சரி, நேரமாயிடுச்சு" என்று சொன்னபடி மாமா ஜீப்பை வீட்டை நோக்கித் திருப்பினார். ஜவ்வாது மலையின் குள்ளர் கல்திட்டை இருந்த திசை நோக்கிப் பார்த்த ஆதிராவுக்கு, யாரோ அங்கிருந்து அவளையே பார்ப்பதுபோல இருந்தது. தம்பியும் சொல்லி வைத்ததுபோல, "பயமா இருக்குக்கா!" என்றான்.

7

தாத்தாவின் பள்ளி

ஜவ்வாது மலைப் பகுதியின் மலையாளிகள், உணவுக்காக வேளாண் தொழிலோடு வேட்டைத் தொழிலும் செய்துள்ளனர். மலைப் பகுதியில் உள்ள மக்கள் தினை, சாமை, கம்பு, சோளம், வரகு மற்றும் நெல், மிளகு, சீரகம் மற்றும் கடுகு போன்ற பயிர்களைப் பயிரிடுகின்றனர். பல வகையான நோய்களை குணப்படுத்தும் மூலிகைகளைக் கொண்டு மருத்துவம் பார்க்கின்றனர்.

பிள்ளைகள் புதூர்நாடு கிராமத்திற்கு வந்து ஒரு வாரம் ஓடிவிட்டது. வீடு பழகிவிட்டது. இடம் ஓரளவுக்குப் பழகிவிட்டது. மனிதர்கள்தான் இன்னும் பழகவில்லை. குறிப்பாகத் தாத்தா, பாட்டியுடன் பிள்ளைகள் இன்னும் ஒட்டவில்லை. பெரியவர்களே வந்து வந்து பேசியபோது கவின் பதில் சொல்லவாவது செய்தான். ஆதிரா அப்போதும் சரியாகப் பேசவில்லை.

ஆரம்பத்தில் பச்சைப் பசேல் என்று கண்ணைப் பறித்த இயற்கையழகு, ஒரே வாரத்தில் திகட்டத் துவங்கியது. வேலு மாமாவிடம் சொல்லி, ஆதிரா தன் அலைபேசிக்கு டேட்டா வாங்கிவிட்டாள். ஆனாலும், மலைமேல் அவர்கள் இருந்த இடத்தில் பெரும்பாலான நேரம் அலைபேசிக்கான சிக்னல் கிடைக்கவில்லை. அவ்வளவுதான்! நண்பர்களும் இல்லாமல், அலைபேசியும் இல்லாமல் பிள்ளைகளின் உலகே இருண்டது போல ஆகிவிட்டது.

மாலையில் பிள்ளைகளை அழைத்த தாத்தா, "நாளை முதல் எங்களோட நீங்களும் நம்ம ஸ்கூலுக்கு வாங்க. அப்புறம் பொழுது போயிடும்" என்றார்.

வேறு வழி? பிள்ளைகள் சற்றே பயத்துடன் தலையாட்டினர். 'இந்தாங்க! சீருடை' என்று வெவ்வேறு அளவுகளில் பாட்டி காட்டினார். அதிலிருந்து அவர்களுக்குப் பொருத்தமான அளவை எடுத்து வைத்துக்கொண்டனர்.

மறுநாள் காலை உணவைச் சாப்பிட்டுவிட்டு 9.30 மணிக்குக் கிளம்பினார்கள். காலை பத்து மணிக்குதான் பள்ளி துவங்கியது. சில மாணவர்கள் பதினைந்து, இருபது நிமிடங்கள் கழித்தும் வந்து இணைந்துகொண்டார்கள். ஆனால் ஆசிரியர்கள் யாரும் தாமதமாக வந்தவர்களைக் கண்டிக்கவே இல்லை. 'இவ்வளவு தாமதமாக வரும் சோம்பேறிகள்' என நினைத்து சற்றே ஆத்திரப்பட்டாள்.

ஆங்காங்கே சில மாணவர்கள் இணைந்து ஏதேதோ விளையாடிக்கொண்டு இருந்தார்கள். பள்ளிக்கான கட்டிடம் சற்றுப் பழசாக இருந்தாலும், வளாகமும் பள்ளியின் உட்புறமும் சுத்தமாக இருந்தன. பள்ளிக்கான கட்டிடங்கள் இரண்டு இருந்தன. முதல் கட்டிடத்தில் எட்டாம் வகுப்புவரை இருந்தன. இரண்டாவது கட்டிடத்தில் ஒன்பதாவது முதல் பன்னிரண்டாவது வரை வகுப்புகள் இருந்தன. ஆதிரா ஏழாம் வகுப்புக்கும், கவின் நான்காம் வகுப்புக்கும் சென்றனர்.

பள்ளியில் காலை, மதியம் என இரண்டு வேளைகளிலும் எல்லா மாணவர்களுக்கும் உணவு வழங்கப்பட்டதைக் கவனித்தனர்.

வகுப்பு துவங்குவதற்குமுன், புதிதாக வந்து இணைந்த ஆதிராவை, முறைப்படி அறிமுகப்படுத்தி வைத்தபிறகே பாடங்கள் துவங்கின. பாட வகுப்புகள் ஓரிரு மணி நேரத்திலேயே முடிந்துவிட்டன. அப்புறம் சற்று நேரம் சேற்றில் இறக்கி விட்டுவிட்டார்கள். 'புதுச் சீருடை அழுக்காகிறதே?' என்ற எண்ணத்தில் ஆதிராவுக்கு அந்த விதமான பாடத்திட்டம் பிடிக்கவே இல்லை.

கவினுக்கு வேறு அனுபவம் ஏற்பட்டது. பாட வகுப்புகள் குறைவாகவும், செயல்முறைகள் அதிகமாக இருந்ததும் அவனுக்குப் பிடித்துத்தான் இருந்தது. ஆனால், மதிய உணவு இடைவேளையின்போது, தாத்தாவும் பாட்டியும் கூட இல்லை.

குப்பைத்
தொட்டி

அவர்களுக்கான உணவைக் கூடையில் போட்டுக் கொடுத்திருந்தனர். அதைப் பிரித்து சாப்பிட்டுவிட்ட பிறகும் இன்னும் மிச்சம் இருந்தது. அதை எடுத்து அருகிலிருந்த குப்பைக் கூடையில் போட்டனர்.

"ஏன் சாப்பிடுற பொருளை வீணாக்குறீங்க? எத்தன பேரு சாப்பாடு கிடைக்காம இருக்காங்க?" என்ற குரல் கேட்டது. ஆதிராவின் வகுப்புத் தோழன் பாரி நின்றிருந்தான்.

"உன் வேலையைப் பாரு!" என்றாள் வெடுக்கென.

"இதான் என் வேலை" என்றான் பாரி, "மதியம் உணவு வீணாவதைக் கண்காணிக்கும் குழுவின் உறுப்பினர். என்னைப்போல இன்னும் ரெண்டு பேர் இருக்கோம்" என்று புன்னகைத்தான்.

புன்னகையுடன் அவன் சுட்டிக்காட்டினாலும் பிள்ளைகளுக்கு அது பிடிக்கவில்லை.

அன்று மாலை, "இந்த ஸ்கூல் உங்களுக்குப் புடிச்சிருக்கா?" என்று பாட்டி கனிவாகக் கேட்டார்.

கவின் பதில் சொல்வதற்குள் முந்திக்கொண்ட ஆதிரா, "ஓகே! ஆனா நாங்க இதுவரை படிச்ச பிரிட்டிஷ் பாடத்திட்டம் இருக்கற போர்டிங் ஸ்கூல்ல எங்களைச் சேத்துவிட முடியுமா, ப்ளீஸ்!" என்றாள்.

தாத்தாவின் முகத்தில் அதுவரை இருந்த சிரிப்பு மாயமாய் மறைந்தது. பிள்ளைகளை உற்றுக் கவனித்தவர், ஏதோ சொல்ல வாயெடுத்தார். அனால் அதை மென்று விழுங்கியபடி, "வேணாம். இங்கதான் இருக்கணும். இந்த ஸ்கூல்லதான் படிக்கணும். போர்டிங் ஸ்கூல்ல போட்டு, அப்புறம் அடிக்கடி இங்கயும் அங்கேயும் அலைஞ்சி உங்களைக் கவனிக்க நான் என்ன உங்கப்பனுக்கு வேலைக்காரனா? அதெல்லாம் முடியாது!" என முகத்தில் அடித்ததுபோல் சொல்லிவிட்டு நகர்ந்தார்.

தாத்தா சொல்வதுதான் சரி என்பதுபோல் பாட்டியும் நகர்ந்துவிட, பிள்ளைகளுக்கு என்ன செய்வது என்றே தெரியவில்லை.

"என்னக்கா! இப்படி வந்து இங்க மாட்டிக்கிட்டோம்?" என்றான் கவின். அவனது கண்கள் கலங்குவதற்குத் தயாராயின.

"ஆமாண்டா! என்றவள்" இந்தியாவே புடிக்கல, அதுலயும் இந்த ஊரு பிடிக்கல, தாத்தா, பாட்டி புடிக்கல, அப்பா அம்மாவையும் புடிக்கல" என்றாள்.

"அதுமட்டுமா?" என்றவன், "புது ஸ்கூலும் புடிக்கல, அலைபேசி, ஐ பேட் இருந்தும் சிக்னல் இல்லாம இருக்குறது புடிக்கல. இப்ப என்னக்கா செய்யிறது?" என்று நடுங்கிய குரலில் கேட்டான்.

சற்று யோசித்தவள், "இங்க யாருக்கும் நம்மைப் புடிக்கல. அதனால நாம இங்க இருக்க வேணாம். இவங்ககிட்ட சொல்லாம எங்கியாவது போயிடலாம்" என்றாள். அப்போது அவள் முகம் அந்த மாலை வெய்யிலாலும், உணர்ச்சி வசப்பட்டதாலும் சிவப்பாக ஒளிர்ந்தது. கவினும் சரியென்று தலையாட்டினான். எங்கோ ஆந்தை அலறிய ஒலிபோலக் கேட்டது.

8

மாறிப்போன வழி

ஜவ்வாது மலைக் கிராமக் குடிசைகள் நிறைந்த எல்லா தெருவிலும், எல்லாருக்கும் பொதுவான ஒரு தானியக் கூடு முப்பது அடி உயரத்தில் நிற்கும். குடிசைகளுக்குள் வீட்டுக்குத் தேவையான அளவு சிறிய தானியக் கூடு தனியாக இருக்கும். ஆடு, மாடுகளைப் பொதுப்பட்டியில் கட்டியிருப்பார்கள். கோழி, பன்றிகளை வீட்டுக்குள் விட்டுவைப்பார்கள். ஒவ்வொரு வீட்டிலும் 3 முதல் 4 அடி உயர நாய்கள் துணையாக இருக்கும். உள்ளூர் மலைவாசிகளின் துணை இல்லாமல் குகைகளுக்குள் பயணித்தால் வீடு திரும்புவது சாத்தியம் அல்ல!

ஒரு பெரிய முடிவை எடுத்துவிட்ட பரபரப்பு, பிள்ளைகள் முகத்தில் தெரிந்தது. நீங்கள் இந்தியா போகப்போகிறீர்கள் என்று அப்பா சொன்ன வினாடி முதல் இப்போதுவரை, எல்லாமே பெரியவர்களின் விருப்பப்படி செய்ததுதான். இப்போதுதான் அவர்கள் தங்களின் விருப்பத்தைச் செயல்படுத்தப் போகிறார்கள். பாசமே இல்லாத தாத்தா, பாட்டி வீட்டிலிருந்து வெளியேறிவிடப் போகிறார்கள்.

"தாத்தா நம்மளக் கண்டுபிடிச்சிருவாராக்கா?" என்றான் கவின்.

"ம்ஹூம்!", என்று தலையாட்டி மறுத்தாள். "தாத்தா, பாட்டி ரெண்டு பேருக்கும் இங்க உள்ள ஸ்கூலு முக்கியம். அதை நடத்தி, நிறைய ரூபாய் சம்பாதிக்கணும். நம்மளை வேற எங்கியாவது போர்டிங் ஸ்கூல்ல கொண்டுபோய் சேத்தா, பணம் செலவாகும்னு மறுத்துட்டாரு பாத்தியா? பணம்தான் முக்கியம்" என்று பொருமினாள்.

"அப்பா!" என்று தம்பி ஏதோ துவங்கினான். "அப்பாவும் தாத்தா மாதிரிதான். அங்க அவருக்குப் பணம் சம்பாதிக்கணும். நாம தேவையில்ல" என்று அவனை இடைமறித்தவள்,

"நம்மளப் புடிக்காதவங்ககிட்ட நாம எதுக்கு இருக்கணும்? கிளம்பிருவோம்" என்றாள் தீர்மானமாக.

முடிவெடுத்தபின் சில வேலைகளை செய்தார்கள். முதலில் ஒரு பையைத் தயாராக எடுத்து வைத்தார்கள். அதனுள் ஒரு பெரிய தண்ணீர் பாட்டில், டார்ச் ஒன்று, பிஸ்கட் பாக்கெட் ஒன்று, சில வில்லைகள் பிரெட் என கையில் கிடைத்ததை எல்லாம் எடுத்து வைத்தனர். அலைபேசியும் அதன் சார்ஜரும் பைக்குள் வந்தன. ஆளுக்கு ஒரே ஒரு செட் உடைகள் மட்டும் எடுத்து வைத்தாள். பை தயார்.

அவர்கள் ஆவலுடன் எதிர்பார்த்த சனிக்கிழமை வந்தது. அன்று முக்கியமான இரண்டு வேலைகள் நடக்கும். ஒன்று, தாத்தாவும் பாட்டியும் வெளியே போய், அவர்களுடைய வயலில் வேலை செய்யும் பணியாளர்களுக்கு ஊதியம் கொடுத்துவிட்டு வருவார்கள். எப்படியும் இரண்டு மணி நேரமாவது ஆகும்.

இரண்டாவது, அன்று மதிய உணவு சாப்பிட்டதும், வேலு மாமா கிளம்பி ஜோலார்பேட்டைக்கு, அவருடைய வீட்டிற்குப் போய்விட்டு மறுநாள்தான் திரும்பி வருவார். அது போதும்.

"எங்கக்கா போகப் போறோம்?" என்று கவின் கேட்டான்.

அவளுக்கும் சரியாகப் பதில் தெரியாத கேள்விதான். இருந்தாலும் போவதற்கு ஏதாவது ஓர் இலக்கு இருந்துதானே ஆகவேண்டும்?

"இன்னிக்கு, தாத்தா, பாட்டி வெளில போவாங்க. அவங்க போனதும், நாம, வேலு மாமாவுக்குத் தெரியாம, கார்ல பின்னாடி ஏறிப் பதுங்கிடுவோம். கொஞ்ச நேரம் கழிச்சி, மலையில இருந்து காரு கீழே இறங்கி, ரோட்டுல வேகமா போகும். அப்ப மாமாவைக் கூப்பிட்டு, அப்பாகிட்ட பேசுவோம்" என்றாள்.

"அப்பாகிட்ட பேசி..?"

"நமக்கு போர்டிங் ஸ்கூல்தான் வேணும், இல்லேன்னா துபாய் வர்றோம்னு சொல்வோம். அப்பா, நிச்சயம் போர்டிங் ஸ்கூல்ல போடச் சொல்லி தாத்தா கிட்ட சொல்வாரு. அப்புறம் நம்ம பிரச்சினை தீந்துரும்."

"சூப்பர் திட்டங்க்கா!" என்று பாராட்டினான்.

காலை உணவு சாப்பிடும்போதே, 'வேலு மாமா எங்கே?' என்று பிள்ளைகள் கேட்டனர். அவரோ அங்கிருந்த கடைத்தெருவில் விவசாயிகளோடு பேசிவிட்டு, அப்புறம்தான் கிளம்பி ஜோலார்பேட்டைக்குப் போவார் என அறிந்தனர்.

தாத்தாவும் பாட்டியும் 12 மணி சுமாருக்குக் கிளம்பினர்.

சில நிமிடங்கள் கழித்து, வேலு மாமாவும் கிளம்பினார்.

அவரது கார் சென்ற சத்தம் அடங்கியவுடன், தோளில் மாட்டிய பையுடன் பிள்ளைகள் கிளம்பினார்கள். வெளியே மற்றவரிடம் விசாரித்து அறிந்தபடி அவர்கள் கடைத்தெருவுக்குச் செல்லவே இருபது நிமிடங்களுக்குமேல் ஆகிவிட்டது. மாமா அங்கிருந்து சென்றுவிட்டிருப்பாரோ என்று பதைபதைப்புடன் சென்றால், நல்லவேளை, தொலைவில் ஓர் உணவு விடுதியின் வாசலில், மரத்தடியில் சில விவசாயிகளிடம் பேசியபடி, திரும்பிவரும்போது என்னென்ன வாங்கிவர வேண்டும் என்று எழுதிக்கொண்டு இருந்தார்.

அவர் பார்க்காதபடி மறைவாகச் சென்ற பிள்ளைகளின் கண்களில் அந்த வெள்ளை நிற மஹிந்திரா *XUV 500* தெரிந்தது. பின்புறம் டிக்கியைத் தூக்கிப் பார்த்தபோது திறந்துகொண்டது. பிள்ளைகள் இருவரும் அதனுள் ஏறிக்கொண்டு டிக்கியை மூடிக்கொண்டனர். நினைத்தபடி திட்டம் நிறைவேறுவதில் அவர்களுக்கு ஒரே மகிழ்ச்சி.

சற்று நேரத்திற்கெல்லாம், அலைபேசியில் மாமா பேசும் குரல் அருகில் கேட்டது. கதவுகள் திறக்கும் சத்தமும் ஒரே கசமுசாவென்ற சத்தமும் கேட்டது. அப்புறம் கார் கிளம்பிவிட்டது. 'இன்னும் சற்று நேரத்தில் மலையிலிருந்து வண்டி கீழே இறங்கியதும் மாமாவை அழைக்க வேண்டும்' என்று நினைத்து மகிழ்ந்தனர் அந்தப் பிள்ளைகள்.

பாவம்! அவர்களுக்கு ஓர் உண்மை தெரியவில்லை.

ஒரே மாதிரியான தோற்றத்துடன் வெள்ளை நிற மஹிந்திராக்கள் இரண்டு அருகருகில் நின்றிருந்தன. மாமாவின் வண்டி கிளம்பி மலையிலிருந்து கீழே இறங்கும் திசையில் சென்றுவிட்டது. இவர்கள் இருவரும் ஏறியிருந்த இன்னொரு வண்டி, மலைமேல் ஏறும் திசையில் மேல்நோக்கிச் செல்ல ஆரம்பித்தது.

9

மர்மக் குகை

ஜவ்வாது மலைப்பகுதியிலுள்ள 'பெரு முட்டம்' என்ற சிறிய கிராமத்தில் உள்ள ‘பாண்டவர் குட்டை’ என்ற இடத்தில் 40-க்கும் மேற்பட்ட கல்திட்டைகளும், மலையடிவாரத்தில் 50-க்கும் மேற்பட்ட கல்திட்டைகளும், ஜொனை மடுவு என்ற பகுதியில் 30-க்கும் மேற்பட்ட கல்திட்டைகளும் காணப்படுகின்றன. கற்திட்டை, கல்வட்டம், கற்குவியல், கற்பதுக்கை இப்படிப் பல்வேறு பெயர்களால் அழைக்கப்படுகின்றன.

அவை வெவ்வேறு அளவுகளில் உள்ளன. 6 அடி நீளமும், 4 அடி அகலமும் உள்ள பெரிய கல் திட்டைகள் மற்றும் 2 அடி நீளமும், ஒரு அடி அகலமும் உள்ள சிறிய கல் திட்டைகள் உள்ளன. அவற்றைக் குள்ளர் குகைகள் என்று அழைக்கின்றனர்.

மாமாவின் காரில் ஏறிவிட்டோம் என்ற மகிழ்ச்சி, பிள்ளைகளுக்கு வெகுநேரம் நீடிக்கவில்லை. காரின் கதவுகளைத் திறந்து யார் யாரோ ஏறும் சத்தம் கேட்டது. பெரியவர்கள் இருவர், சிறார் இருவர் என நான்கு குரல்கள் மாறி மாறிக் கேட்டன. 'யாரோ அப்பா, அம்மா மற்றும் பிள்ளைகளாக இருக்கவேண்டும்' என்ற முடிவுக்கு ஆதிரா வந்தாள்.

'இவர்கள் எப்படிக் காரில் ஏறினார்கள்? வேலு மாமாவின் குரலே கேட்கவில்லையே?' என்றெல்லாம் குழம்பிய இருவரின் சந்தேகத்திற்கு பதில் விரைவில் கிடைத்தது, அந்த நால்வரின் உரையாடல் மூலமாக...

"இப்ப நாம மலை மேல ஏறிட்டிருக்கோம். குள்ளர் குகைக்கு" என அந்த அம்மாவின் குரல் கேட்டது.

"குள்ளர் குகையா?" இது ஒரு சிறுமியின் குரல்.

"ஆமா, 3000 வருஷத்துக்கு முன்னால ஏலியன் மாதிரி குள்ளர்கள் அந்தக் குகையில இருந்தார்களாம். அவங்களுக்கு நிறைய சக்தி இருந்துச்சாம். அவங்க நம்மோட மூதாதைகள்னும் சொல்வாங்க. அவங்க யாரும் இப்ப இல்லையாம். அங்கதான் போயிட்டு இருக்கோம்."

அதற்குள் ஓர் ஆண்குரலும் கேட்டது, "சாயங்காலம் ஆறு மணி வரைக்கும் நிதானமா சுத்திப் பாத்து, வீடியோ எடுக்கணும். அப்புறம் கோமுட்டேரி போயி ரூம்ல ராத்திரி தங்கணும்" என்று.

முப்பது நிமிடங்கள் சென்றிருக்கும். ஏதோ ஓர் இடத்தில் அந்த வாகனம் சென்று நின்றது. அவர்கள் எல்லோரும் இறங்கிச்சென்று, சத்தம் அடங்கியபின், மெதுவாகத் தலையை உயர்த்திப் பார்த்தார்கள். ஆள் அரவம் இல்லை. டிக்கியை உயர்த்தி, பையுடன் இருவரும் வெளியே குதித்துவிட்டு, மூடிவிட்டார்கள்.

"நாம வேற ஏதோ ஒரு வண்டியில ஏறி இங்க வந்துட்டோம்னு நினைக்கிறேன்" என்று துவங்கினாள் ஆதிரா.

"இப்ப என்னக்கா செய்யிறது?"

"கவலைப்படாத கவின்! இப்ப நாம, மலை மேல இருக்கோம். இந்த இடத்துலயே கொஞ்ச நேரம் சுத்திட்டு இருப்போம். சுற்றுலாப் பயணிகள் யாராவது வருவாங்க. அவங்ககிட்ட கேட்டு, மலைக்குக் கீழே போய்டுவோம். எங்கிட்ட அம்மா கொடுத்துவிட்ட இந்திய ருபாய் இருக்கு! அதை வெச்சிக்கிட்டு பஸ், காரு எதிலாவது ஏறி ஜோலார்பேட்டைக்குப் போகுறது பெரிய விஷயம் இல்ல."

"............"

"ஆமாடா தம்பி! அங்க போனவுடனே, பஸ் ஸ்டாண்டுல இருந்து மாமா மொபைலுக்குப் பேசினா வந்து கூட்டிட்டுப் போய்டுவாரு. அவ்ளோதான்" என்று சமாதானம் சொன்னாள். எப்படி இப்படியெல்லாம் தன்னால் யோசிக்க முடிகிறது என்று அவளுக்கே வியப்பாகத்தான் இருந்தது.

"அப்படின்னா, நாம வந்த வண்டியிலேயே ஏறிக்கலாமா?"

"வேணாண்டா! இந்த வண்டியில வந்தவங்க இன்னிக்கும் இந்த ஏரியாவுல தங்கி, நாளைக்கும் இங்கதான் சுத்திப்பாக்கப் போறாங்களாம். அவங்க பேசிக்கிட்டதை நீயும் கேட்டதான? நமக்கு எவ்ளோ சீக்கிரம் மலைக்குக் கீழே போக முடியுமோ, போயிரணும். இப்பவே நம்மளத் தேட ஆரம்பிச்சிருப்பாங்க" என மறுத்துவிட்டாள்.

இருவரும், தோளில் மாட்டிய பையுடன் அந்தக் கல் திட்டைகளைப் பார்த்தார்கள். சிறு சிறு கல்பாறைகளை ஒன்றன் மீது ஒன்றாக அடுக்கிவைத்து, ஒரு பெரிய வட்டப்பாறையைக் கூரைபோல பொருத்தியிருந்ததுபோல அந்தக் கல் திட்டைகள் காணப்பட்டன. சுமார் மூன்றடி மட்டுமே உயரம் கொண்ட அந்தக் கல் திட்டைகளை வியப்புடன் பார்த்தனர்.

"இதுல எப்படிக்கா வாழ முடியும்? ஒரு வசதியும் இல்லையே?" என்றான் கவின். அவளுக்கும் அதே சந்தேகம்தான். அதற்குள் மதியப்பொழுது கழிந்து மாலை நேரம் ஆகிவிட்டிருந்தது. புதிய சுற்றுலாப் பயணிகள் யாருமே வந்திருக்கவில்லை.

ஒரு கல் திட்டையின் அருகில் இருந்த பெரிய கல்லின் மீது இருவரும் அமர்ந்தனர். லேசான களைப்பினாலும், சிலுசிலுவென இதமாக அடித்த காற்றினாலும் தூக்கம் வருவதுபோலக் கண்கள் சொக்கின. சில நிமிடங்கள் தூங்கியும் விட்டார்கள். திடீரென கண்விழித்த ஆதிரா, தம்பியையும் எழுப்பிக்கொண்டு நடக்க ஆரம்பித்தாள்.

அருகில் ஒரு கல் திட்டை அமைப்பாக இருந்தது. கண்ணைக் கவர்ந்த அந்தக் கல் திட்டையைத் தொட்டுப் பார்க்க விரும்பிய ஆதிரா, அருகில் ஓர் அடி எடுத்து வைத்தாள். அவ்வளவுதான், தடுமாறி அதன் மீதே விழுந்தாள். கல் பாறைகள் மளமளவென்று சரிந்து விழுந்தன. அதன் மீது அவளும் விழுந்தாள்.

பயந்துபோன கவின், அவளிடம் ஓடிவந்து நின்றான். சமாளித்து எழுந்த ஆதிராவின் கண்களில் வியப்பு தெரிந்தது. 'கற்கள் கீழே விழுந்த பிறகும், எந்த ஓர் ஆதாரமும் இல்லாமல், மேலே கூரைபோல இருந்த வட்டப்பாறை எப்படிக் கீழே

விழாமல் நிற்கிறது?' அதைப் பிடித்து அசைத்துப் பார்த்தாள். அரைவட்டமாகச் சுற்றியது.

கடகடவென கற்கள் சரிந்தன. பத்தடி உயரத்தில் அருகிலிருந்த பெரிய கற்பாறை இரண்டாகப் பிளந்தது. உள்ளே குகை போன்ற அமைப்பு இருட்டாகத் தெரிந்தது.

பிள்ளைகள் இருவருக்கும் வியப்பில் எங்கு வந்தோம்? எதற்கு வந்தோம் என்பதெல்லாம் மறந்தேவிட்டன.

குகையின் உள்ளே போய்ப் பார்க்கலாமா, வேண்டாமா என்ற தயக்கம் இருந்தது. "ஒரு பத்து நிமிஷம் உள்ளே என்னதான் இருக்குன்னு பாத்துட்டு, வெளியே வந்துருவோம். அப்புறம் மலைக்கு கீழே நடக்க ஆரம்பிச்சிருவோம்" என ஆதிரா சொன்னதற்கு தம்பியும் சம்மதித்தான்.

குகையின் உள்ளே ஏறி நின்றனர். மெதுவாக உள்ளே நடக்கத் துவங்கினார்கள். பத்தடி நடந்ததும் இருட்டு அவர்களை வரவேற்றது. பையிலிருந்து எடுத்த டார்ச்சை உயிர்ப்பித்து, அந்த வெளிச்சத்தில் நடக்கத் துவங்கினர்.

சடசடவென்ற சத்தம் கேட்டது. அவர்கள் நுழைந்த குகையின் வாசல், தானாக மூடிக்கொண்டுவிட்டது. இனி வெளியே போக வழியில்லை. பிள்ளைகள் அலறினார்கள்.

10

நவிர மலை

ஜவ்வாது மலைப் பகுதியின் வாலியம்பாறை கிராமத்தில் 200 கல் குகைகள் உள்ளன. சுமார் 600 பேர் கொண்ட வாலியர் படை வீரர்கள் தங்கி இருந்து, நவிர மலையின் பாதுகாப்புப் பணியில் ஈடுபட்டிருக்கலாம். தங்கள் ஆயுதங்களை வைக்க குகைகளைப் பயன்படுத்தி இருக்கலாம் என நம்பப்படுகிறது. குகைகளின் அருகே இன்றும் கிடைக்கும் கல் ஆயுதங்களும் இதற்கு சாட்சியாக உள்ளன. (ஆதாரங்கள் எதுவுமில்லை. இது மலையாளிகளின் நம்பிக்கை மட்டுமே).

திடீரென குகையின் உள்வாசல் மூடிக்கொள்ளும் என்று எதிர்பார்க்காத பிள்ளைகள் பயத்தில் ஓவென்று அலறினார்கள். முழு குகையும் இருட்டுதான். டார்ச் மட்டும் எடுத்து வந்திருக்கவில்லை என்றால்? "அக்கா! வசமா மாட்டிக்கிட்டோம்" என்ற கவின் அழவே ஆரம்பித்தான்.

"கொஞ்சம் பொறு" என்றவள், உள்ளே நுழைந்த குகையின் வாசலுக்கு அருகில் வந்து பார்த்தாள். லிஃப்ட்டில் கதவு எப்படி சாத்திக்கொள்ளுமோ, அதுபோல பெரிய கல் ஒன்று குகையைக் கச்சிதமாக மூடியிருந்தது. இம்மி அளவுகூட நகர்த்த முடியவில்லை.

"தம்பி! வா!" என ஆதிரா அழைத்தாள். நிமிர்ந்து பார்த்தவனிடம், "இங்க நம்மால எதுவும் செய்ய முடியாது! வேணா குகையின் அந்த முனைல ஏதாவது வழி இருக்கான்னு பாக்கலாம், வா" என்று அழைத்தாள். இருவரும் வேக வேகமாகக் குகைக்குள் நடக்கத் துவங்கினர்.

முழு இருட்டில் டார்ச் வெளிச்சம் வழிகாட்ட, அதன்படி நடந்தார்கள். எவ்வளவோ காலமாக மூடிக்கிடந்த குகையினுள்

ஆச்சரியமூட்டும் வகையில் மூச்சுத்திணறவே இல்லை. இன்னும் சொல்லப்போனால் கொஞ்சம் சில்லென்றே இருந்தது. சில நிமிடங்களா, பல நிமிடங்களா, கால நேரமே தெரியாமல் நடந்த பிள்ளைகள், குகையின் மறுமுனைக்குச் சென்று சேர்ந்தனர்.

அங்கும் ஒரு பெரிய கல் பாறைதான் மூடியிருந்தது. ஒரு நல்வாய்ப்பாக, அந்தப் பாறைக்கு முன்பாக கல் திட்டை ஒன்று குகைக்குள்ளேயே சிறிதாக அமைக்கப்பட்டிருந்தது. அதைப் பார்த்ததும் இருவரின் மனங்களிலும் நம்பிக்கை ஊற்று பெருக்கெடுத்தது.

கல்திட்டையைக் கலைத்துவிட்டு, மேல்கூரை வட்டப்பாறையைக் கையால் பிடித்துச் சுற்றினார்கள். கடகடவென்ற சத்தத்துடன் குகையின் வெளிவாசல் திறந்தது. இருவரும் குகைக்கு வெளியே விரைந்தார்கள்.

அங்கே அவர்கள் கண்ட காட்சியை என்றென்றும் மறக்கமாட்டார்கள். ஒரு கோட்டை மீது மஞ்சள் நிறக்கொடி பறந்துகொண்டு இருந்தது. கோட்டையைச் சுற்றி நூற்றுக்கணக்கான கல் திட்டைகள் காணப்பட்டன. ஒவ்வொன்றின் அருகிலும் ஒன்றிரண்டு குள்ள மனிதர்கள், ஆக மொத்தம் ஆயிரக்கணக்கான குள்ளர்கள் அங்கு குழுமியிருந்தார்கள்.

தோலால் ஆனதுபோன்ற உடையை உடுத்தியிருந்தார்கள். மீசை, தாடி வைத்திருந்தார்கள். இடுப்பில் ஒரு கச்சையை அணிந்திருந்தார்கள். அதில் கற்களால் செய்யப்பட ஆயுதங்கள் வீற்றிருந்தன. பொறிகள், தீப்பந்தங்கள், கல்லாலான பந்துகள், நீண்ட கல்லிலிருந்து செய்யப்பட்ட வாட்கள் போன்ற ஆயுதத் தளவாடங்களைத் தயாரித்துக்கொண்டிருந்தனர்.

தலைவர்போல அங்கே நின்றிருந்த ஒரு குள்ளர், கண்ணிமைக்காமல் இவர்கள் இருவரையும் பார்த்துக் கொண்டிருந்தார். "யார் அங்கிள் நீங்க? என்ன செய்யறீங்க?" என்றான் கவின்.

குள்ளர் மர்மமாகப் பார்த்து, "நவிர மலைக்கு வருக! வருக!!" எனப் புன்னகைத்தார்.

ஆதிரா 'இது ஜவ்வாது மலைதான?' என மனதுக்குள் நினைத்தாள்.

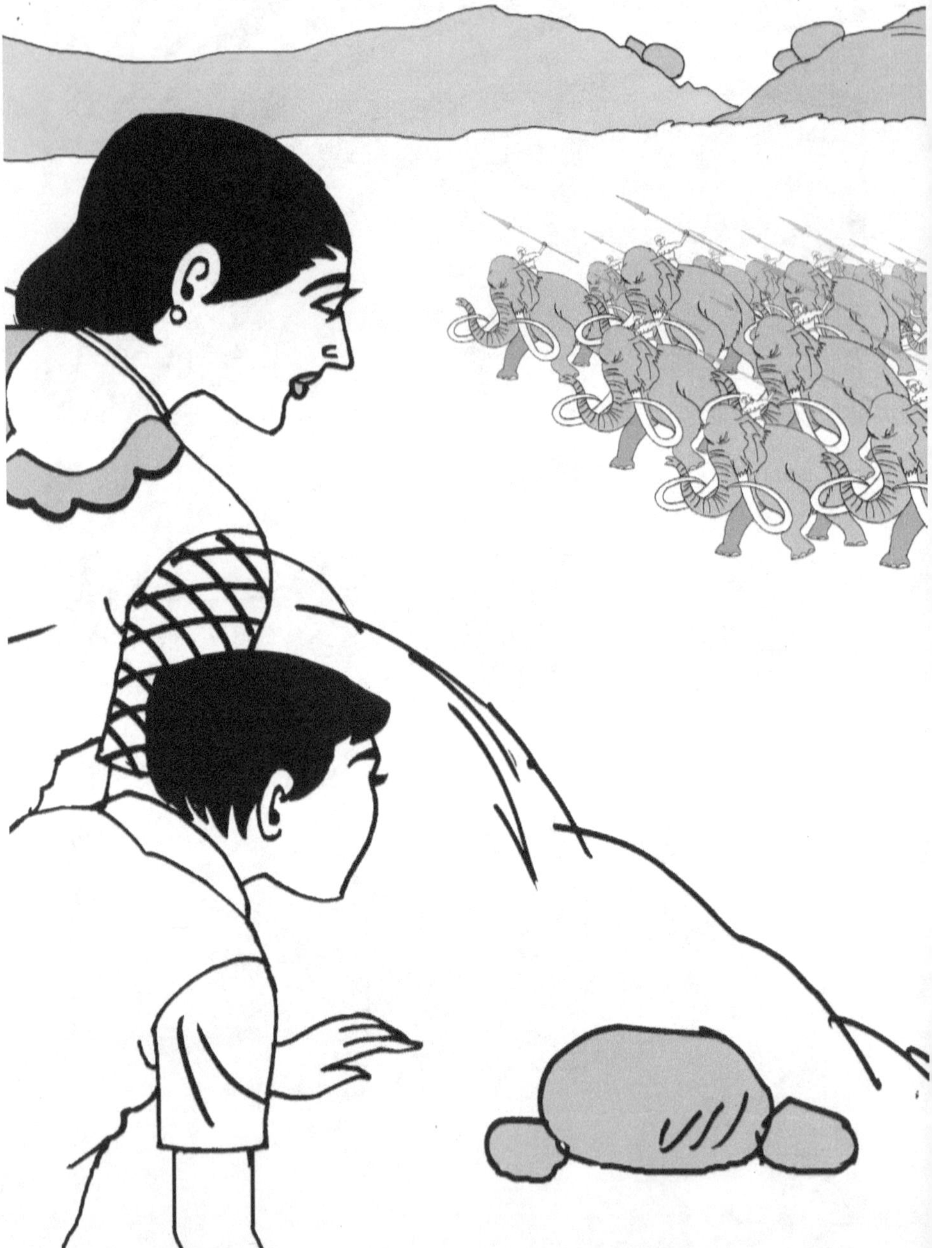

குள்ளர், "இந்தக் காலகட்டத்தில் இது நவிர மலைதான். பின்னாளில், அதாவது உங்க காலத்தில ஜவ்வாது மலைன்னு சொல்வீங்க" என்றார்.

'தான் மனதில் நினைத்தது அவருக்கு எப்படிப் புரிந்தது?' என்று வியப்பாகப் பார்த்தபடி, "உங்க பேரு என்ன? நீங்கள்லாம் இங்க என்ன செய்யறீங்க?" என்று கேட்டாள் ஆதிரா.

"என் பேரு கொம்பன்! நாங்க பிரபஞ்சத்தின் பிரதிநிதிகள். இப்ப இந்த பூமிக்கு வந்திருக்கோம். இந்தத் திசையில், இந்த மலையிலிருந்து பாத்தா தெரியிற எல்லா கிராமங்களுக்கும் காவல் பொறுப்பு எங்களோடதுதான்" என்று புன்னகைத்தார்.

அவர்களுடைய உரையாடல் தொடருமுன் அங்கே ஒரு மாபெரும் அலறல் சத்தம் கேட்டது. அந்தப் பகுதியில் தென்பட்ட விலங்குகளும் பறவைகளும் கிறீச்சிட்டபடி அங்கிருந்து ஓடியும் பறந்தும் தப்பித்தன. என்னவென்று பிள்ளைகள் மலையின் கீழே பார்த்தனர்.

கம்பளி யானைகள் என்று சொல்லப்படும் பிரம்மாண்டமான மேமத்கள் ஐம்பதுக்கும் மேற்பட்ட எண்ணிக்கையில் இருந்தன. அவை, சமவெளியிலிருந்து மலையை நோக்கி முழு வெறியில் பிளிறியபடி வந்துகொண்டு இருந்தன. அவற்றின் மீது அனாயாசமாக அமர்ந்தபடி சிலர் வெறிக்கூச்சல் போட்டவாறே வந்துகொண்டிருந்தனர். அவர்களுடைய உயரம், குறைந்தது ஏழு அடி இருக்கும். முழுக்கப் பச்சிலைகளைப் பூசிக்கொண்டு, தலையினை மொட்டை அடித்திருந்தனர். கைகளில் கற்களாலும் எலும்புகளாலும் செய்யப்பட்டிருந்த கூரான ஆயுதங்களை ஏந்தியிருந்தனர்.

அவர்கள் வரும் வேகத்தைப் பார்த்தால் இன்னும் சில நிமிடங்களில் அந்த இடமே அழியப் போகிறது என அக்காவும் தம்பியும் நடுங்கினார்கள். மூன்றடிக்கும் குறைவான குள்ளர்களால் அந்த இடத்தை எப்படிக் காப்பாற்ற முடியும்? கம்பளி யானைகளின் பிளிறல் சத்தத்தால் அந்த இடமே கிடுகிடுத்தது. ஆபத்து அவர்களை வேகமாக நெருங்கிக்கொண்டு இருந்தது.

11

வாலியர்களின் வீரம்

ஜவ்வாது மலையைச் சார்ந்த ஊர்களில், வரலாற்றுக்கும் முந்தைய காலத்தில் வாழ்ந்த வாலியர்கள் கல்லால் செய்யப்பட்ட ஆயுதங்களைப் பயன்படுத்தி இருப்பார்கள் என்பதற்கான ஆதாரங்கள் கிடைத்துள்ளன. ஜமுனாமரத்தூர் அருகேயுள்ள பழங்கோட்டை, புதூரில் உள்ள சித்தூர், வழுதலம்பட்டு, கீழூர், புலியூர், கம்புக்குடி, மலைத் திருப்பத்தூர், நெல்லிவாசல் உள்ளிட்ட ஏராளமான ஊர்களில் இக் கல்லாயுதங்கள் காணப்படுகின்றன. பெரிய கற்பாறையில் இருந்து கற்கோடரிகள் செய்யப்பட்டுள்ளன. இப்பாறைகளைக் கற்கோடரி கூடாரங்கள் எனலாம். இதுபோன்ற தொழிற் கூடாரங்கள் ஜவ்வாது மலையிலுள்ள கீழானூர் (கிளானூர்), ஜவ்வாது மலையின் ஒரு கூறான தென்மலைப் பகுதிகளிலும் கண்டறியப்பட்டுள்ளன.

ஐம்பதுக்கும் மேற்பட்ட மேமத்களையும், அவற்றின் மீது கூச்சலிட்டபடி வந்த முரடர்களையும் பார்த்த ஆதிராவுக்கும் கவினுக்கும் நடுக்கமே ஏற்பட்டது.

தனக்கும் அதற்கும் எந்த சம்பந்தமும் இல்லை என்பதுபோல் கொம்பன் புன்னகையுடன் அமர்ந்திருந்தார். மேமத்கள் நெருங்க நெருங்க அவரது உடல்மொழி மாறியது. அவரது முகத்தில் தெரிந்த உணர்வு கோபமும் இல்லை; பயமும் இல்லை; ஐம்பது விளையாட்டு பொம்மைகளைப் பார்த்தால் ஒரு குழந்தை எவ்வளவு மகிழ்ச்சி அடையுமோ அது போன்ற உற்சாகத்துடன் துள்ளிக் குதித்து ஒரு பாறையின் மீது ஏறினார். நீண்டு வளைந்த கொம்பு ஒன்றை எங்கிருந்து எடுத்தார் என்றே தெரியவில்லை.

‘பூ.........ம்ம்ம் பூம்’... ‘பூ.........ம்ம்ம் பூம்...’ என விட்டு விட்டு இருமுறை யாருக்கோ எச்சரிக்கை செய்தார். எல்லா கல் திட்டைகளுக்கு உள்ளும் புறமும் இருந்த வாலியர்கள் வெளியே வந்தார்கள். ஒரே ஒரு நொடிதான். பந்துகள் துள்ளித் துள்ளி "

எழும்புவதுபோல எல்லா வாலியர்களும், துள்ளிக் குதித்து வட்டமாகக் குழுமினர். மேலிருந்து பார்ப்பதற்கு எண் எட்டைப்போல இருந்த அவர்களின் வியூகத்தினுள் மேமத்கள் சிக்கின. அதாவது, முதல் வட்டத்துக்குள் மாட்டிக்கொண்டன.

குதித்துக் குதித்து விளையாடுவதுபோல, வாலியர்கள் அந்த முரடர்களைத் தம்மிடம் இருந்த கல் ஆயுதங்களால் தாக்கினர். முரடர்கள் கொத்துகொத்தாகக் கீழே விழுந்தனர். தப்பிய சில கம்பளிகளும் முரடர்களும் சென்று அடுத்த வட்டத்தில் மாட்டிக்கொண்டு விழித்தனர். இரண்டு நிமிடங்களுக்குள் எல்லா முரடர்களும், கீழே விழுந்து சிறைப்பட்டிருந்தனர்.

சவாரி செய்ய யாருமில்லாத மேமத்கள் கட்டுப்பாடின்றி வாலியர்களை நெருங்கின. வாலியர்கள் ஒருவர் மீது ஒருவர் ஏறி அடுக்கடுக்காகக் கட்டிடம்போல நின்றனர். எல்லா அடுக்குகளிலும் மேலே கொம்பனும் அவரது கூட்டாளிகளும் நின்று, மேமத்களைக் கண்ணோடு கண்ணாகப் பார்த்தனர்.

அவ்வளவுதான். கம்பளி யானைகள் நாய்க்குட்டிகள்போல, மிகவும் சாதுவாக மாறிவிட்டன. இப்போது வாலியர்கள் அவற்றின் மீது ஏறி, சவாரி செய்து எங்கோ கூட்டிப்போனார்கள்.

கொம்பன் மேலிருந்து தலைகீழாகக் குதித்து, பிள்ளைகள் முன் வந்து நின்று, "நம் காவல் படையில் இந்தக் கம்பளி யானைகள் சேர்ந்துவிட்டன. முரடர்கள் இனி நம் பணியாளர்கள்" என்று புன்னகைத்தார்.

"ரொம்ப நல்லா சண்டை போடறீங்க" என்று பாராட்டினான் கவின். அவர் முகத்தில் வழக்கம்போல அதே புன்னகைதான்.

“நீங்க எங்க காலத்துல ஏன் இல்லாம போயிட்டீங்க? எல்லா கல் திட்டையும் காலியா இருக்குதே?" என்று நேரடியாகத் தன் மனதில் இருந்ததைக் கேட்டாள் ஆதிரா.

"மனுஷங்களுக்கு நாங்க விவசாயம் செய்யிறது எப்படின்னு கத்துக்கொடுத்தோம். அப்புறம் மனித இனம் ஒவ்வொண்ணா கண்டுபிடிச்சி முன்னேற ஆரம்பிச்சிது. நாங்களும் ஆனந்தப்பட்டோம். ஆனா..."

"ஆனா என்ன?"

காலம் ஆக ஆக, மனிதன் இயற்கை வளங்களைச் சுரண்ட ஆரம்பிச்சான். சுற்றுச்சூழலை நாசம் செஞ்சிட்டே இருக்கான். எங்களால இதையெல்லாம் பாத்திட்டும் இருக்க முடியல; நாங்க நினைச்சா ஒரே நாள்ல மனித இனத்தையே அழிக்க முடியும். ஆனா எங்களுக்கு அதுக்கும் மனசு வரல."

"............"

"அதான் இங்கிருந்து நாங்க எல்லாரும் வடக்கே போய்ட்டோம். பனி படர்ந்த இமயமலையில அமைதியா தியானம் செஞ்சிட்டு உக்காந்து இருக்கோம். நீங்க குகைக்குள்ளே தெரியாம நுழைஞ்சிட்டீங்க. அதான் உங்களுக்கு உதவி செய்ய வந்தோம்; அப்படியே எங்க வாழ்க்கையில இருந்து ஒரே ஒரு காட்சியை மட்டும் காட்டினோம்" என்றார்.

"நாங்க சின்னப்பசங்கதான், ஆனாலும் எங்க தலைமுறையில இயற்கையின் அருமையைத் தெரிஞ்சி வெச்சிருக்கோம். எங்க தாத்தா, பாட்டி இந்த ஊருதான். அவங்ககிட்ட பேசி, எப்படியாவது இயற்கையைக் காப்பாத்தச் சொல்றேன். ஆனா, எங்களுக்குள்ள உறவுதான் சரியில்ல" என்று ஆதிரா சொல்லி முடிப்பதற்குள், கொம்பன் குறுக்கிட்டார்.

"வெளிப்படையாத் தெரியிறதை நம்பாதீங்க. உண்மையத் தேடுங்க. இனி உங்க உறவு எப்படி ஆகப்போகுதுன்னு போகப் போகத் தெரிஞ்சுக்குவீங்க. இது உங்க மலை, உங்க மண்ணு, அதால உங்க பொறுப்பு. இனி இந்த மலையிலேயே நீங்க விரும்பும்வரை மகிழ்ச்சியா வாழலாம்" என்று சொல்லியபடி, பிள்ளைகள் இருவர் தலையிலும் தன் இரு கைகளை வாழ்த்துவதுபோல பாசத்துடன் வைத்தார். அவர் கை தீண்டியவுடன் உடலில் காய்ச்சல் பரவுவதுபோல் உணர்ந்தாள் ஆதிரா.

நிமிர்ந்து பார்த்தால் கொம்பன், மற்ற வாலியர்கள் என யாரையுமே காணவில்லை.

"அக்கா! அக்கா!!"

"............"

"அக்கா! அக்கா!!" என கவின் அழைக்கும் குரல் கேட்டு வாரிச்சுருட்டி எழுந்தாள். "நாம ரெண்டு பேருமே இங்க கல் திட்டை வாசலிலே படுத்துத் தூங்கிட்டோங்க்கா! தூறல் போடுது. எழுந்திரு!" என்றான்.

தூறல் வலுத்து மழையாக மாறிக்கொண்டு இருந்தது. ஆதிரா வேகமாக எழுந்து அந்தக் கல் திட்டையைக் கலைத்துப் பார்த்தாள். அது சரியவில்லை. மேலே இருந்த வட்டப்பாறையைச் சுற்றிவிட முயற்சி செய்தாள். அது அசையவே இல்லை. எல்லாமே கனவு போலத்தான் இருந்தது. ஒருவேளை கனவேதானோ? ஆனால், கொம்பன் அவர்களது தலையைத் தீண்டியபோது காய்ச்சல்போல இருந்ததே, அந்த உணர்வு மட்டும் அப்படியேதான் இருந்தது. குளிரில் கை, கால்கள் நடுங்கின.

"அக்கா, ஜுரம் வருவதுபோல இருக்கு" என அவனும் அதையே சொன்னான். அப்படியென்றால் அது கனவில்லை என்ற எண்ணத்துடன் இருவரும் மலைக்குக் கீழே வரும் வழியில் நடக்க ஆரம்பித்தனர். மணிக்கட்டில் இருந்த வாட்ச், இரவு எட்டு மணி என்று காட்டியது. மழையும் குளிரும் தாங்க முடியவில்லை. சிறிது தூரத்திற்குமேல் நடக்க முடியாமல், இருட்டான சாலையின் ஓரமாகப் படுத்தே விட்டாள் ஆதிரா.

கவின் கதிகலங்கிவிட்டான். என்ன செய்வதென்று புரியாமல் அழத் துவங்கினான்.

❐

12

புரிதலின் துவக்கம்

'வைணு பாப்பு வானாய்வகம்' (Vainu Bappu Observatory) ஜவ்வாது மலையிலுள்ள காவனூரில் அமைந்துள்ளது. இது, இந்திய வானியற்பியல் நிலையத்தின் முதன்மை வானாய்வகம் ஆகும். இந்தியாவின் பெரிய வானியல் தொலைநோக்கிகளில் ஒன்று இங்கு இந்திய வான் இயற்பியல் ஆய்வகத்தால் (Indian Institute of Astrophysics) நிறுவப்பட்டுள்ளது

ஒவ்வொரு சனிக்கிழமையும் மாலை 6 மணியிலிருந்து இரவு 10 மணிவரை வைணு பாப்பு தொலைநோக்கி எவ்வாறு இயங்குகிறது என்பது பற்றி பார்வையாளர்களுக்கு காட்டப்படும்; வானம் தெளிவாக இருப்பின் 15 செ.மீ. பார்வையாளர்களுக்கு தொலைநோக்கி மூலம் இரவு வானம் காட்டப்படும். இங்குள்ள 2.34 மீட்டர் விட்டமுடைய தொலைநோக்கி 1986-ஆம் ஆண்டுமுதல் பயன்பாட்டில் உள்ளது.

குளிரா, மழையா, மலைக்காற்றா இல்லை, கொம்பன் வாலியர் தம் தலையைத் தடவி வாழ்த்தியபோது உணர்ந்த பிரபஞ்ச சக்தியா, எது காரணமென்று சரியாகத் தெரியவில்லை. ஆனாலும் பிள்ளைகள் இருவருக்கும் கடும் காய்ச்சல் வந்துவிட்டது.

'ஒன்றா, இரண்டா பிரச்சினைகள்? இருட்டு நேரம்; சாலை விளக்குகளே இல்லாத மலைப்பகுதி. கீழே எப்படிப் போய்ச் சேருவது என்று தெரியாத நிலை. மழை வேறு பெய்கிறது. இந்த நேரத்தில் நடக்க முடியாமல் அக்கா படுத்துவிட்டாளே! என்ன செய்வது?' என்றே தெரியாமல் அழ ஆரம்பித்தபோது சாலையில் ஏதோ ஒரு வாகனம், முகப்பு விளக்குகளின் ஒளியுடன் அவர்களை நோக்கி வந்துகொண்டு இருந்தது.

கடலில் அலைபாயும் கப்பலுக்குக் கலங்கரை விளக்கம் தெரிந்ததுபோல உணர்ந்த கவின், அந்த வாகனத்தை நோக்கிப் பாய்ந்தான். அழுத்திப் போடப்பட்ட பிரேக்குகள் கிரீச்சிட, அங்கு ஒரு ஜீப் வந்து நின்றது. அதிலிருந்து இறங்கியவர்கள் வேறு யாருமல்ல; தாத்தாவும், வேலு மாமாவும்தான். மிகவும் ஆறுதலாக உணர்ந்த கவின், தன்னிடம் மிச்சமிருந்த சக்தியையெல்லாம் திரட்டி, "அதோ அக்கா!" என்று சுட்டிக் காட்டிவிட்டு, மயக்கமடைந்தான்.

★★★

வயதிலும் அனுபவத்திலும் மூத்த ஸ்ரீனிவாசன் - மணிமேகலை தம்பதிக்கு ஆரம்பத்திலிருந்தே ஒரு சந்தேகம் இருந்தது. தம் மகனும் மருமகளும், பேரப்பிள்ளைகளிடம் நன்கு பேசிப் பழகவில்லையோ என்று. 'வேலை வேலை என துபாயில் இவர்கள் மும்முரமாக இருந்தால், பிள்ளைகளிடம் யார் அன்பாகப் பேசி வளர்ப்பது? என்ற எண்ணம் தோன்றியபோதெல்லாம் மகனிடம் இது குறித்துப் பேசிப் பார்த்தார்.

ஆனால், இவர் கேட்கக் கேட்க, மகன் இன்னும் ஒதுங்கிப் போவதை உணர்ந்தார். எந்த மகனாவது வயதான பெற்றோரிடம் ஒரு வருடம் பேசாமல் இருப்பானா? மருமகள் நல்லவள்தான். மாதம் ஒருமுறை போன் செய்துவிடுவாள். ஆனாலும் அவளிடமும் சரி, பேரப்பிள்ளைகளிடமும் சரி, மனம் விட்டுப் பேசுவது என்பது நடைபெறவே இல்லை.

குறைந்தபட்சம் பேரப்பிள்ளைகளையாவது தம்முடன் வைத்து வளர்க்கவேண்டும். மகனிடம் காட்ட முடியாத அன்பைப் பேரப் பிள்ளைகளிடம் காட்டிவிட வேண்டும் என்று துடித்தனர். ஒரு வருடம் முன்பு, கடைசியாக மகனுக்கு போன் செய்து இதுபற்றிப் பேசிப் பார்த்தார். நான்கு பேரையும் ஜவ்வாது மலைக்கே வந்துவிடும்படி அழைத்தார்.

"சென்னைல இருக்கும் பசங்களுக்கே ஜவ்வாது மலை ஊர்நாடுப்பா! அப்படி இருக்கும்போது, துபாய்ல இவ்ளோ வசதிகளோடு படிக்கிற பசங்களை அங்கே கூட்டிட்டு வந்தா அவங்களுக்கு செட் ஆகவே ஆகாது" என மறுத்துவிட்டான்.

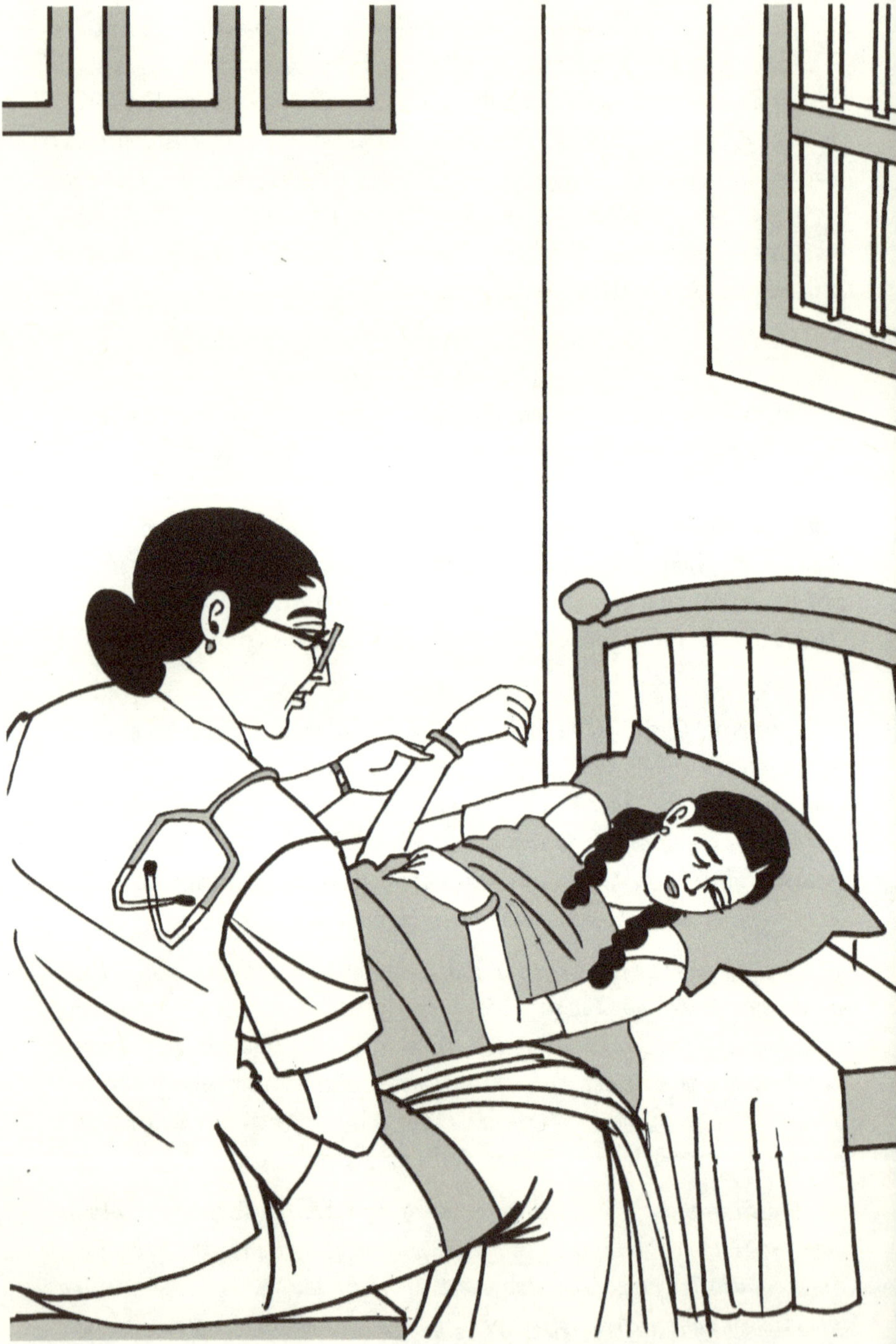

அடுத்த ஒரு வருடம், கிணற்றில் போட்ட கல்லைப்போல, மகனிடமிருந்து எந்தத் தொடர்பும் இல்லாமல் அமைதியாக இருந்தது.

திடீரென அவனே போன் செய்து பிள்ளைகளை அனுப்பிவிடுவதாகச் சொல்லவும், பெரியவர்களுக்கு மகிழ்ச்சியில் தலைகால் புரியவில்லை. மகிழ்வுடன் விமான நிலையம் சென்று அழைத்துக்கொண்டு வந்துவிட்டனர்.

ஆனால், வந்தது முதலே, பேரப்பிள்ளைகள் இவர்களோடு ஒட்டவில்லை. கிட்டத்தட்ட மகனின் நகலாகவே ஆதிரா இருந்தாள். அதே இறுக்கம், அதே ஒதுக்கம். கவின் கொஞ்சம் பரவாயில்லை.

போர்டிங் ஸ்கூலில் சேர்த்து விடச்சொல்லி ஆதிரா கேட்டபோதே ஸ்ரீனிவாசனுக்குள் பெரிய ஏமாற்றம் தோன்றியது. நாளாக நாளாகச் சரியாகிவிடுவார்கள் என்று நினைத்தபோது அன்று காலை இருவரும் காணாமல் போய்விட்டார்கள் என்று அறிந்ததும் ஸ்ரீனிவாசன் தம்பதிக்கு மன உளைச்சல் தொற்றிக்கொண்டது. பிள்ளைகளின் நிலை என்னவானது என்ற கவலை ஒருபுறம்; மகனுக்கு யார் பதில் சொல்வது என்ற பதட்டம் வேறு என அந்த முதியவர்களின் நிலைமை பரிதாபகரமாக இருந்தது.

வேலுவுக்குப் போன் செய்ததும் "நிச்சயம் மலையில இருந்து புள்ளைங்க கீழே போவலீங்க! நான் கீழேதான் இருக்கேன். இங்க ஆளுங்ககிட்ட சொல்லி வைக்கிறேன். அவங்க பாத்தா சொல்வாங்க. இந்த வாரம் நான் வீட்டுக்குப் போகல!" என்றபடி மீண்டும் புதூர்நாட்டிற்கே வந்துவிட்டார். வரும் வழியிலும் பார்த்துக்கொண்டே வந்தார். அதற்குப் பிறகு தாத்தாவும் சேர்ந்துகொள்ள, இருவருமாகத் தேடி, கடைசியில் பேரப்பிள்ளைகளை ஒருவழியாகக் கண்டுபிடித்தனர்.

பிள்ளைகளை வீட்டுக்குத் தூக்கி வந்தார்கள். வேலு, டாக்டரை அழைத்துவந்தார். அதற்குள் பாட்டி, இருவருக்கும் உடையை மாற்றி, தலையைத் துடைத்து வைத்திருந்தார். டாக்டர் மருந்து, மாத்திரைகள் கொடுத்து டிரிப்ஸ் ஏற்றவும், அன்றிரவு கழிந்தது.

அடுத்த மூன்று நாட்களுக்குக் காய்ச்சல் விட்டு விட்டு அடித்தது. கழிவறைக்குக்கூடத் தனியாகப் போய்வர முடியாத அளவு உடல் சோர்வு வேறு! கவினைத் தாத்தாவும், ஆதிராவைப் பாட்டியும் பாத்ரூம் கூட்டிப்போய் வந்தனர்.

நான்காவது நாள்தான் இருவராலும் ஓரளவுக்குத் தெளிவாக எழுந்து அமர்ந்து உரையாட முடிந்தது.

"ரொம்ப தேங்க்ஸ் பாட்டி!" என ஆதிராதான் துவங்கினாள்.

"பரவாயில்ல! யாராவது சொந்தப் பாட்டிக்குத் தேங்க்ஸ் சொல்வாங்களா?" எனப் புன்னகைத்தவர், "எதுக்கு இங்கிருந்து ஓடிப்போக முடிவு செஞ்சீங்க?" என மென்மையாக விசாரித்தார்.

ஆதிரா உதடுகளை அழுந்த மடித்தாள். "தா... தாத்தா போர்டிங் ஸ்கூல்ல சேக்க மாட்டேன்னுட்டாருல்ல? எந்தத் தாத்தாவாவது பேரப் பசங்களைப் படிக்க வெக்க செலவு செய்யமாட்டேன்னு சொல்வாங்களா?" என்றாள்.

பாட்டி, "நீ சில விஷயங்களத் தப்பா புரிஞ்சிக்கிட்ட செல்லம்!" என்றார்.

"..........."

"ஆமா! போர்டிங் ஸ்கூல்ல சேக்கமாட்டேன்னு தாத்தா சொன்னது செலவுக்காக இல்ல. எங்கள விட்டு நீங்க வேற எங்கயும் போயிடக் கூடாதேன்னுதான்!"

"என்ன பாட்டி சொல்றீங்க? தாத்தாவுக்கு எங்களப் புடிக்குமா?"

"புடிக்கு... மா... வா? என்னடா கேக்குற? நீங்க ரெண்டு பேருதான் எங்களோட உயிரே!" என்ற குரல் வந்த திசையில் தாத்தா நின்றிருந்தார்.

13

சில உண்மைகள்

ஜவ்வாது மலையிலிருந்து செங்கம் வழியாக இறங்கும் போது மேல்பட்டு கிராமத்தைக் கடக்க வேண்டும். மலை நீரோடைகள் நிறைந்த பசுமையான கிராமம். இங்கு சுமார் 140 வருடங்களுக்குமுன் பிரிடிஷ்காரர்கள் கட்டியுள்ள அருமையான தங்குமிடம் உள்ளது. எந்தப் பாதை வசதியும் இல்லாத காலத்தில் குதிரை, கழுதை ஆகியவற்றின் மீது பொருட்களைக் கொண்டு வந்து கட்டியுள்ளனர்.

தாத்தா திடீரென அங்கு வந்ததை ஆதிரா எதிர்பார்க்கவில்லை. பிள்ளைகள் இருவருக்கும் எதிரே, தாத்தாவும் பாட்டியும் அமர்ந்தனர்.

"துபாய்ல அப்பாம்மாக்கு எங்களப் புடிக்கல; இங்க உங்க ரெண்டு பேருக்கும் எங்களப் புடிக்கலன்னு நெனச்சோம்" என்று மெதுவாகச் சொன்னாள் ஆதிரா.

கவின், "உங்க நாலு பேருக்கும் காசு பணம் சம்பாரிக்கிறதுதான் முக்கியம்னு பேசிக்கிட்டோம்" என்றான்.

"சின்னக் குழந்தைகள்னு பேசாம இருந்தது தப்பு. அதனால நீங்க அடிப்படையான சில விஷயங்களைத் தப்பா புரிஞ்சிக்கிட்டு, வீட்டை விட்டே ஓடிப்போக இருந்தீங்க. இப்ப உடைச்சிப் பேசிடலாம்" என்றார் தாத்தா.

"........."

"நாம யாரு, நம்மளோட வேர்கள் எப்படிப்பட்டது எல்லாம் சொல்றோம். கேளுங்க" என்றார் தாத்தா.

".........."

"இந்த ஜவ்வாது மலையின் இதே புதூர்நாடு கிராமம்தான் என்னோட சொந்தக் கிராமம். இங்கதான் நான் பிறந்து

வளந்தேன்" எனத் துவங்கினார் பாட்டி. தொடர்ந்து அவரே பேசினார்: "எங்களுடையது மிகவும் ஏழ்மையான பழங்குடியினக் குடும்பம். சாப்பாட்டுக்குக்கூட வழியில்ல. பாண்டிச்சேரியில ஒரு பிரெஞ்சுக்காரரு, ஏழைக் குழந்தைகளுக்கான இல்லம் நடத்துறாருன்னு கேள்விப்பட்டு, தினமும் மூணு வேளை சாப்பிட்டா போதும் அப்படின்னு என்னை அங்கே அனுப்பினாங்க" என்று சொல்லி நிறுத்தினார்.

"அப்ப தாத்தா?" என்று கேட்டாள் ஆதிரா.

"எட்டு வயசுல அங்க போன நானு, கல்லூரி முடிக்கும் வரை அந்த இல்லத்துலதான் இருந்து படிச்சேன். ஆசிரியர் கல்லூரியில படிக்கும்போதுதான் உங்க தாத்தாவைப் பாத்தேன். அவரு பட்டியலினத்தைச் சேர்ந்தவரு இல்லேன்னாலும் சமூக அக்கறையோட இருந்தாரு.

"…………"

"அதனால.. நாங்க, படிச்சு முடிச்சதும் எங்காவது ஸ்கூல்ல வேலைக்குப் போயி செட்டில் ஆகணும்னு நினைக்காம, என்னோட மலைப் பகுதி மக்களின் வாழ்வாதாரம் உயர ஏதாவது செய்யணும்னு முடிவெடுத்தோம். திருமணம் செஞ்சிக்கிட்டு, நாப்பது வருஷங்களுக்கு முன்னால இந்தக் கிராமத்துக்கு வந்தோம்."

பிள்ளைகள் இருவரும் ஆர்வமாகக் கேட்டுக்கொண்டு இருந்தார்கள். தாத்தா பேசத் துவங்கினார்:

"நாங்க இங்க வந்த காலகட்டத்துல, இந்த மொத்த மலையிலயும் பள்ளிக்கூடமே இல்ல. பிழைப்புக்கே வழியில்லாத மக்களுக்குப் படிப்பு ஒரு பொருட்டாவே இல்ல. ஓலைக் கொட்டாய் போட்டு, ஒரு சின்னப் பள்ளிக்கூடத்தைத் துவங்கினோம். தெரிஞ்சவங்க, தெரியாதவங்க, சமூக நல அமைப்புகள், அரசாங்கம் இப்படி எல்லோரும் கொஞ்சம் கொஞ்சமா உதவி செஞ்சிதான் இன்னிக்கு நம்ம பள்ளி இவ்ளோ தூரம் பெரிசாகி இருக்கு. முக்கியமா உள்ளூர் ஏழை மலைவாசிகளோட குழந்தைகளுக்கு இலவசக் கல்வி, காலை, மதிய இலவச உணவு இதைத் தொடர்ந்து கொடுக்குறோம்" என்று விளக்கினார்.

"அப்புறம் அப்பா ஏன் சண்டை போட்டாரு உங்ககிட்ட?" இன்னும் ஆதிராவின் சந்தேகம் தீரவில்லை.

தாத்தா பதில் சொல்லுமுன் பாட்டி, "எங்களுடைய மகனை, அவனோட விருப்பப்படி நல்லா படிக்க வெச்சி ஆளாக்கினோம். அவனும் ஆசிரியர் வேலைக்கு விருப்பப்பட்டுப் படிச்சான். நல்ல அறிவாளி. ஆசிரியர் வேலை மட்டுமில்லாம, நிர்வாகத்திலும் பெரிய ஆள்னு பேரெடுத்தான். அவன் விருப்பப்படி திருமணமும் செஞ்சி வெச்சோம். துபாய்ல வேலை கெடச்சிது" என்றார்.

"அப்பாவை துபாய் அனுப்ப உங்களுக்கு விருப்பம் இருந்துச்சா?" என்றாள் ஆதிரா.

"நிச்சயமா, எங்க ரெண்டு பேருக்குமே மகிழ்ச்சிதான்" என்ற பாட்டி, "துபாய்ல இருநூறுக்கும் மேற்பட்ட நாடுகளிலிருந்து வரும் மக்களோட அவனுக்கு நல்ல அனுபவம் கிடைக்கும். நாலஞ்சி வருஷங்கள்ல திரும்பி வந்து நம்ம பள்ளியில நிர்வாகப் பொறுப்பை எடுத்துக்கிட்டு எங்ககூட சேந்து சேவை செய்வான்னு எதிர்பாத்தோம். ஆனா..." என்று சொல்லி நிறுத்தினார்.

"ஆனா என்ன பாட்டி?"

"அவன் வந்தாதானே?" என்ற தாத்தா, "வெளிநாட்டு வாழ்க்கைத் தரம், வெளிநாட்டுச் சம்பளம், சேமிப்பு இப்படி அவனோட வாழ்க்கை வேற நிலைக்குப் போனது. ஆனா, வேர்களை மறக்கலாமா? 'எப்ப இந்தியா வரப்போற? எப்ப நம்ம ஸ்கூலுக்கு வரப்போறே?'ன்னு கேட்டேன். இப்போ, அப்போன்னு சொல்லி நழுவினான்."

"............"

"போன வருஷம் பேசும்போது, எங்கள துபாய் வந்துடுங்க, நாமெல்லாம் ஒண்ணா இங்க இருக்கலாம்'னு கூப்பிட்டான். நாங்க அங்க வந்திட்டா இந்த மலைவாசிப் பிள்ளைகளின் கதி? இது தொடர்பா சண்டையே ஆயிடுச்சு. அதனால எங்களுக்குள்ள பேச்சுவார்த்தையே இல்லாமயும் போய்டுச்சு" என்றார் தாத்தா வருத்தத்துடன்.

"இதையெல்லாம் அப்பா சொல்லவே இல்ல தாத்தா!" என்றான் கவின் வருத்தத்துடன்.

“பணம் ஒவ்வொருத்தருக்கும் தேவைதான். நல்லா சம்பாதிக்கணும், தேவைக்கு வேண்டியதை நிச்சயமா சேத்து வைக்கணும், இதில தப்பே கிடையாது; ஆனா, பணத்தை மட்டுமே குறிக்கோளா வெச்சி வாழக்கூடாது! நம்மால சமூகத்துக்கு ஏதாவது ஒரு நல்லது நடக்கணும்ல? இதைத்தான் உங்கப்பாகிட்ட சொல்லி சண்டைபோட்டேன். நான் செஞ்சது தப்பா?" என்று தாத்தா, அவர்களையே கேட்டபோது, பிள்ளைகள் இருவரும் இல்லையென்று தலையாட்டி மறுத்தனர்.

"சாரி தாத்தா! நாங்க உங்களைப் பணத்தாசை பிடிச்சவர்னு தப்பா நெனைச்சிட்டோம்" என்றாள் ஆதிரா. கவின் அதற்குள் பாட்டியின் மடியில் ஏறி உட்கார்ந்துவிட்டிருந்தான்.

"உங்களை அனுப்பப் போறதா உங்கப்பா சொன்னப்ப..." என்று துவங்கினார் பாட்டி, "எங்களுக்கு மகிழ்ச்சியில் தலைகால் புரியல. நம்ம வீட்டை சுத்தம் செஞ்சு, வெள்ளையடிச்சு, ரூமெல்லாம் தயார் செஞ்சி வெச்சோம்" என்றார்.

"ஆனா எங்களுக்கு ரூமெல்லாம் கிடையாதுன்னு தாத்தா சொன்னாரே!" என குற்றம் சாட்டும் தொனியில் ஆதிரா கேட்டாள்.

"உங்கப்பா, அதே ரூமிலதான் தனியா இருந்து இருந்து ஒதுங்கிட்டான். நீ, விமான நிலையத்துல இருந்து வந்தப்ப பேசாம உங்கப்பா மாதிரியே இருந்த. அதால, நீங்க எங்க கூடவே இருக்கணும். ஒதுங்கிடக் கூடாதுன்னுதான் உங்களுக்குத் தனி ரூம் கொடுக்கல" என தாத்தா கண் சிமிட்டினார்.

மெதுவாக எழுந்து சென்ற ஆதிரா, "நாங்க எல்லாத்தையுமே தப்பா புரிஞ்சிக்கிட்டோம் தாத்தா!" என அவரிடம் சென்று நின்றாள். பேத்தியின் தலையை ஆதரவாக வருடியவாறு, "இப்ப புரிஞ்சிடுச்சில்ல?" என்றார்.

அக்கா, தம்பி இருவரின் உடலோடு, மனமும் சரியாகிவிட்டிருந்தது.

14

புதிய உலகம்

ஜவ்வாது மலையிலுள்ள சுற்றுலாத்தலங்கள்:

முதலில் ஜவ்வாது மலையே ஒரு சுற்றுலாத்தலம்தான். குறிப்பாகச் சொல்லவேண்டும் என்றால்

1. *ஜமுனாமரத்தூரை அடுத்த பீமன் மடவு நீர்வீழ்ச்சி.*
2. *கோமுட்டேரி ஏறி - படகுச்சவாரி & சிறுவர் பூங்கா.*
3. *காவனூர் வானியல் தொலைநோக்கி மையம்.*
4. *மேல்பட்டு - நீர்மரம்.*
5. *மேல்பட்டு & வாலியம்பாறை-குள்ளர் குகைகள் ஆகியவை.*

வருடா வருடம் ஜூன் மாதம் கொண்டாடப்படும் ஜவ்வாது மலை கோடை விழா, ஆங்காங்கே மலைகளில் உள்ள சிறு சிறு மலை நீரோடைகள் ஆகியவையும் பார்வையாளர்களைக் கவரும்.

பிள்ளைகள் இருவரின் வாழ்வில் ஒரு புதிய உலகமே உதயமானது என்றுதான் சொல்ல வேண்டும். தாத்தா, பாட்டி இருவரும் பணத்தாசை பிடித்தவர்கள் இல்லையென்பது முதல் தெளிவு. அவர்களுக்குத் தங்கள் இருவரின்மேல் எவ்வளவு பாசம் இருக்கிறது என்று தெரிந்துகொண்டது இரண்டாம் தெளிவு.

தாத்தா, பாட்டியுடன் எந்தவித ஒளிவு மறைவும் இல்லாமல் பாசமாகப் பழகத் துவங்கினார்கள். பெரியவர்களும் இத்தனை வருடங்களாகப் பேரப் பிள்ளைகளிடம் காட்டமுடியாத பாசத்தை இப்போது காட்டி, மனநிறைவு அடைந்தார்கள்.

"உங்க ரெண்டு பேருக்கும் உடம்புதான் சரியாயிடுச்சே? போர்டிங் ஸ்கூல் எதுவும் பாக்கலாமா? இல்ல, மாடு எதுவும் வாங்கித் தரட்டுமா?" என தாத்தா கண்சிமிட்டினார்.

"போங்க தாத்தா!" என்று சிணுங்கிய ஆதிரா, தம்பியுடன் மறுநாளே தாத்தா, பாட்டியுடன் அவர்களது பள்ளிக்குக் கிளம்பிவிட்டாள்.

திறந்த மனதுடன் பழகியதாலோ என்னவோ, இப்போது பள்ளியை அவளுக்குப் பிடிக்கத் துவங்கியிருந்தது. பாரி மட்டுமின்றி, வேல்விழி, தயாளன், தமிழரசி, தம்பித்துரை, சின்னாளக்கான் என புதிய நண்பர்கள் கிடைத்தார்கள்.

மதியம் எல்லோரோடும் அமர்ந்து ஒன்றாகக் கதை பேசிக்கொண்டு சாப்பிட்டார்கள். இலவச உணவு சாப்பிட்டவர்கள், தம் வீட்டிலிருந்து டப்பாவில் கொண்டு வந்தவர்கள் என அனைவரும் கூட்டாஞ்சோறுபோலச் சாப்பிட்டார்கள். ஆதிராவுக்கு என எடுத்து வந்த சாப்பாடு, அவளது தேவைக்கு அதிகமாகவே இருந்தது. அதை மற்ற நண்பர்களுடன் பகிர்ந்துகொண்டாள். 'இதற்காகத்தான் அதிகமாக உணவைப் பாட்டி கொடுத்திருந்தார்' என்பதை இப்போதுதான் புரிந்துகொண்டாள்.

கல் குகைக்குள் சென்று வாலியரைப் பார்த்த அனுபவத்தைப் பற்றிப் பெரியவர்களிடம் விவரித்த ஆதிரா, "அது கனவா, இல்லையான்னே புரியல?" என்று வியந்தாள்.

பாட்டியோ, "இந்த மலைவாசிகள்ல, வாலியர்களை முன்னோடியா பாக்குறவங்க இருக்காங்க. தெய்வமா அவங்களைக் கும்பிடுறவங்களும் இருக்காங்க. எது எப்படியோ, இயற்கையைப் பாதுகாக்கணும்னு அவங்க சொன்னது ரொம்பச் சரி" என்று முடித்துவிட்டார்.

மறுநாள் பள்ளி ஆரம்பித்து ஒருமணிநேரம் கழித்து சில நண்பர்கள் வகுப்பினுள் வந்தார்கள். 'ஏன் இப்படித் தாமதமாக வர்றாங்க?' என ஆதிரா விசாரித்தாள். "நாங்க எங்க விளாங்குப்பம் கிராமத்துலேர்ந்து ஆறு கிலோமீட்டர் தாண்டிதான் இங்க படிக்க வர்றோம். வழக்கமா வர்ற மாட்டுவண்டியால வர முடியாத அளவு மழை. நடந்தே வந்தோம், அதான் தாமதமாயிடுச்சு" என்றார்கள்.

படிக்க வேண்டும் என்ற லட்சியத்தோடு நடந்தே வந்திருந்த நண்பர்களைப் பெருமிதத்துடன் பார்த்தாள். 'இவர்களைப் போய் சோம்பேறி என்று நினைத்தோமே!'

ஒரு மாதம் கழிந்தது. இப்போது அந்தப் பள்ளியும், நண்பர்களும், சூழலும் அவர்களுக்கு மிகவும் பிடித்துவிட்டிருந்தது. குறிப்பாக, காலை முதல் நண்பகல்வரை பாடப் படிப்பு. மதிய உணவுக்குப் பிறகு, மாலைவரை வாழ்க்கைக் கல்வி சார்ந்த

பயிற்சிகள் நடைபெற்றன. வங்கிக்குப் போனால் என்னென்ன சேவைகளைப் பெற, என்னென்ன படிவங்களை எப்படிப் பூர்த்தி செய்யவேண்டும், ஆன்லைனில் ரயில் டிக்கெட் வாங்குவது எப்படி என்பன போன்ற பயிற்சிகள் வழங்கப்பட்டன.

இன்னொரு புறம், கூடை முடைதல், பானைகள் செய்தல், வண்ணம் தீட்டுதல் போன்ற கைத்தொழில்களுக்கான பயிற்சி வகுப்புகள் நடைபெற்றன.

பள்ளியின் விளையாட்டுத் திடலின் ஒரு மூலையில் மாணவர்களே விவசாயம் செய்யும் நிலம் இருந்தது. அதில், இயற்கையான முறையில் பச்சை மிளகாய், தக்காளி, கத்தரிக்காய் போன்ற காய்கறிகள் பயிரிடப்பட்டன.

வாரத்தில் ஒருநாள் பள்ளியின் சார்பில் மலைக்கு உள்ளேயும் அடிவாரத்தில் இருந்த ஏதாவது ஓர் இடத்திற்கு சுற்றுலா போல அழைத்துச் சென்றது பிள்ளைகளுக்கு மிகவும் பிடித்தது. அது இல்லாமல் வாரக் கடைசியில் தாத்தா, பாட்டியுடன் சேர்ந்து காவனூர் வானியல் தொலைநோக்கி, பீமன் அருவி, கோமுட்டேரி படகுச்சவாரி எனக் கொண்டாடி மகிழ்ந்தார்கள்.

நண்பர்கள் வட்டாரத்தில் யாருக்காவது பிறந்தநாள் என்றால், மரம் நடுவது, அவர்களுக்கு ஏதாவது புத்தகங்கள் பரிசளிப்பது என ஆக்கபூர்வமாகக் கொண்டுசென்றார்கள்.

மொத்தம் மூன்று மாதங்கள் ஆகிவிட்டிருந்தன. ஆர்வமுள்ள மாணவர்களுக்கு, வார இறுதியில் ஒருமணிநேரம் ஆங்கிலத்தில் பேச்சுப் பயிற்சி வகுப்புகளை ஆதிராவே எடுத்தாள். கற்றுக்கொடுத்தது ஒன்றே ஒன்று! பதிலுக்கு அவர்களிடமிருந்து அவள் கற்றுக்கொண்டது மரம் ஏறுதல், சிலம்பம், விவசாயம், இன்னும் எத்தனையோ.

மொத்தத்தில் ஜவ்வாது மலை வாழ்வை எண்ணி முதலில் எவ்வளவு வெறுத்தார்களோ, கலங்கினார்களோ அதற்கு நேர்மாறாக, இப்போது அவர்கள் அந்த மலையின் பிள்ளைகளாகவே மாறிவிட்டிருந்தார்கள். தாத்தா, பாட்டியையும் உயிராகவே நேசிக்கத் துவங்கியிருந்தார்கள்.

எல்லாமே நன்றாகச் சென்றது... திரும்ப துபாய்க்கே வந்துவிடும்படி அப்பாவிடமிருந்து அன்று போன் வரும்வரை!

15

பிரியாவிடை

> *வாலியர்கள் வேற்றுக்கிரகவாசிகள் என்றும், இறையம்சம் கொண்டவர்கள் என்றும், ஆதித் தமிழ் மூதாதைகள் என்றும் மனித குலத்திற்கு விவசாயத்தைக் கற்றுக்கொடுத்தவர்களே அவர்கள்தான் என்றும் வெவ்வேறு கருத்துகள் உள்ளூர் மலைவாசிகளால் நம்பப்படுகின்றன.*

ஆதிரா, கவின் ஆகியோரின் சின்னஞ்சிறு உலகத்தில் பல மாற்றங்கள் ஏற்பட்டிருந்தன. பணமே குறிக்கோள் என்றில்லாமல் சமூக சேவையை வாழ்வியலாகக் கொண்டு செயல்பட்டுக்கொண்டிருந்த தாத்தா, பாட்டி இருவரும் அவர்களுடைய முன்னுதாரணம் ஆகிவிட்டிருந்தனர்.

"நானும் படிச்சி, ஆசிரியரா வருவேன். நம்ம ஸ்கூலைத் தொடர்ந்து நடத்துவேன். உங்க காலத்துக்குப் பிறகும் சேவையைத் தொடர்வேன்" என ஆதிரா அறிவித்தாள். பாட்டி நெகிழ்ந்தே போய்விட்டார். பெண், அப்பாபோல இல்லாமல் தங்களைப் போன்ற மனதைக் கொண்டிருப்பதில் மகிழ்ந்தனர்.

"நா படிச்சி டாக்டர் ஆகப்போறேன். அப்பதான இங்க எல்லாருக்கும் கம்மியான விலையில டிரீட்மெண்ட் குடுக்க முடியும்" என கவின் சொன்னதற்கும் ஒரே மகிழ்வும் பெருமிதமும் கொண்டனர். பிள்ளைகள் இருவரையும் தாத்தாவும் பாட்டியும் உச்சி முகர்ந்து வாழ்த்தினர்.

எல்லாமே சிறப்பாகச் சென்றுகொண்டிருந்த வேளையில் ஒரு ஞாயிற்றுக்கிழமை மாலைப்பொழுதில் தொலைபேசி அடித்தது. தாத்தாதான் எடுத்துப் பேசினார். 'அப்படியா, அப்படியா?' என்றதற்குமேல் பெரிதாக அவர் ஏதும் பேசவில்லை.

பேசி முடித்ததும் தள்ளாடியபடி சென்று நாற்காலியில் அமர்ந்து, சிறிது தண்ணீர் குடித்துத் தன்னை

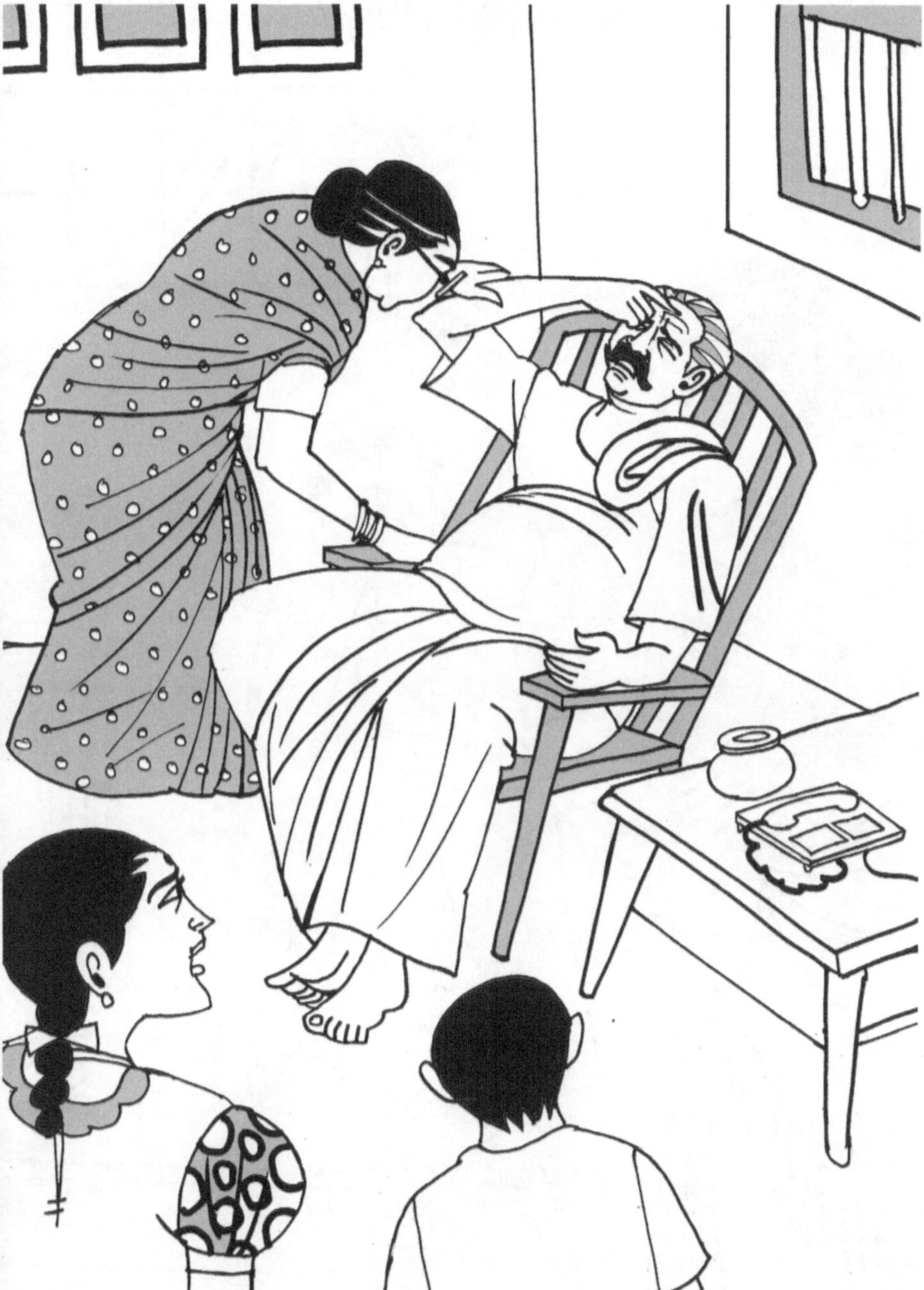

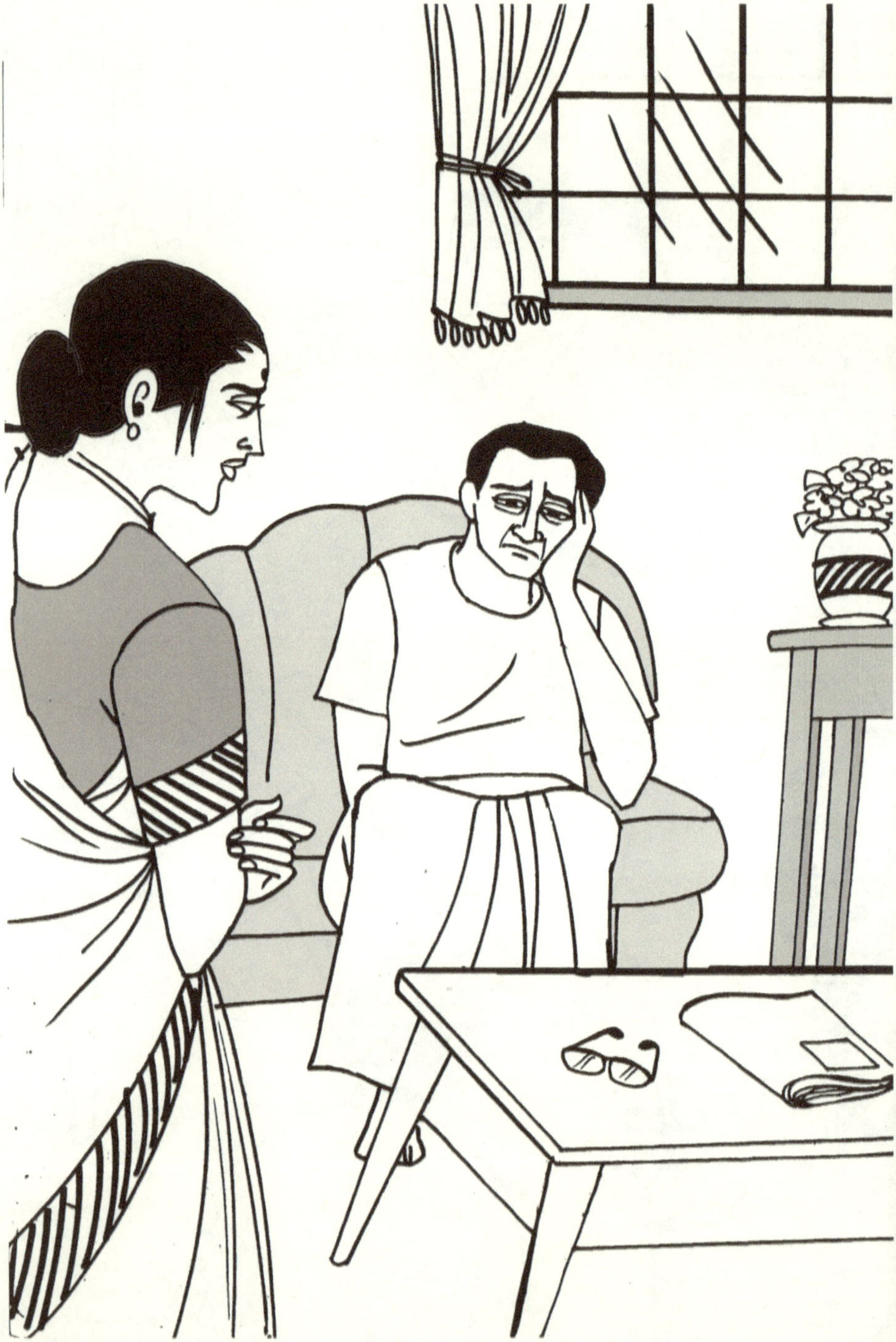

நிதானப்படுத்திக்கொண்டார். அவரது முகத்தில் பலத்த யோசனை தெரிந்தது.

"என்ன தாத்தா?" என்றான் கவின்.

"யாரு போன்ல?" இது ஆதிரா.

"எதுவும் பிரச்சினையா?" என்றார் பாட்டி.

தாத்தா என்னவோ யோசித்துவிட்டு, "உங்க அப்பாதான். உங்க ரெண்டு பேரையும் துபாய்க்கே திரும்ப வரச்சொல்லிக் கூப்பிடுறான்!" என்றார்.

துபாய்க்கே திரும்பப் போய்விட மாட்டோமா எனப் பிள்ளைகள் ஏங்கிய காலம் ஒன்று இருந்தது. இப்போது அல்ல!

"வேணாம் தாத்தா!" என்றான் கவின்; அவன் முகத்தில் கலவரம் தெரிந்தது.

"எங்களை வேணாம்னுதான இங்க அனுப்பினாங்க. இப்ப என்னவாம்?" என்றாள் ஆதிரா; அவளது குரலில் வெறுப்பு தெரிந்தது.

"இல்லடா!, உங்கப்பாகிட்ட மாற்றம் தெரியுது" என்ற தாத்தா, போனில் கேட்ட விவரங்களை எல்லோருக்கும் பொதுவாக விளக்கினார்.

குழந்தைகளை இந்தியாவுக்கு அனுப்பி வைத்த ராஜ்குமார் தம்பதி, பள்ளி வேலைகளில் மும்முரமாகக் கவனம் செலுத்தினர். பள்ளியில் நேரம் போனதே தெரியவில்லை. ஆனால் வீட்டுக்கு வந்தால், பிள்ளைகள் இல்லாத வெறுமை அவர்களைத் தாக்கியது. வீட்டின் ஒவ்வொரு சதுர அடியிலும் பிள்ளைகள் சார்ந்த ஏதோ ஒரு நினைவு அவர்களை வாட்டியது. கேவலம் பணத்திற்காகவா பெற்ற பிள்ளைகளைப் பிரிந்து இருக்கிறோம் என்ற குற்ற உணர்வு அவர்களைச் சூழ்ந்தது.

'குறைந்த ஊதியத்திற்கு வெளிநாடுகளில் வேலை செய்யும் எத்தனையோ எளிய மனிதர்கள், எப்படியாவது குடும்ப விசா கிடைத்துவிடாதா, குடும்பத்தை அழைத்துவந்து ஒன்றாக வாழ்ந்துவிட மாட்டோமா என ஏங்கி இருக்கும் சூழலில்,

உயர்ந்த சம்பளம், வசதிகள் எல்லாமே இருந்தும் பிள்ளைகளை நாமே அனுப்பிவிட்டோமே? என்ற வருத்தம் அவர்களைத் துரத்தியது.

திடீரென்று ஒருநாள் அந்த அடுக்குமனைகளின் வசிப்பவர்கள் சங்கத் தலைவரை லிஃப்ட்டில் சந்தித்தபோது, "சார், விஷயம் தெரியுமா? அந்த மேடம் காலி பண்ணிட்டுப் போய்ட்டாங்க!" என்றார்.

"யாரு?"

"அதான் சார், உங்க பொண்ணுகூட சண்டை போட்ட பையன் பிரணவ்வின் அம்மா மாதவி, குடும்பத்தோட காலி பண்ணிட்டு, கத்தார் போய்ட்டாங்க! இனிமே உங்க பொண்ணு மேல புகாரே வராது!" என்று புன்னகைத்தார்.

'இதையெல்லாம் பார்க்கப் பார்க்க, பிள்ளைகளுடன் இருந்த பொன்னான காலத்தை நாமே நழுவ விட்டுவிட்டோமே?' என்ற எண்ணம் உந்த, மனைவியுடன் ஆலோசித்த ராஜ்குமார், அதற்கடுத்து தன் அப்பாவைத் தொடர்புகொண்டு பேசியிருக்கிறார்.

"இல்ல தாத்தா! அந்த ஸ்கூல்ல என்னைச் சேக்க மாட்டாங்க!" என்றாள் பிடிவாதமான குரலில் ஆதிரா.

"உங்கப்பா உங்க ரெண்டு பேரையும் வேற ஸ்கூல்ல சேக்க ஏற்பாடு செய்திட்டானாம்" என்ற தாத்தா, "என்ன இருந்தாலும் குழந்தைகள் அப்பா, அம்மாகிட்ட இருக்கிறதுதான் நல்லது. நீங்க இங்க வந்து ஆறு மாசம் ஆகியிருந்தா உங்க ரெசிடென்ஸ் விசா தானாவே ரத்து ஆகியிருக்கும். நல்லவேளை நாலு மாசம்தான் ஆனதால உங்க விசா இன்னும் ரத்து ஆகல. அதனால நீங்க திரும்பிப் போறது சுலபம்தான்" என்றார் தாத்தா. அவரது குரலில் இயலாமை தெரிந்தது.

"நிஜமாவே சுலபமா தாத்தா?" என்றாள் ஆதிரா. அவளது கண்களில் கண்ணீர் திரண்டு வழிந்தது.

அடுத்த நாளே பள்ளியில் இந்தச் செய்தி பரவிவிட்டது. போகாமல் எப்படியாவது இங்கேயே இருக்கச் சொல்லி நண்பர்கள் அனைவருமே வேண்டினார்கள்.

பாரி, "பேசாம உங்க அப்பா, அம்மாவையும் இங்கயே வரச் சொல்லிடு" என்றான் ஒரு தீர்வைக் கண்டுபிடித்த மகிழ்வுடன். நடக்கிற கதையா இது? அவர்களாவது இங்கே வருவதாவது.

அடுத்த சனிக்கிழமை காலையில் எமிரேட்ஸ் விமானத்தில் டிக்கெட்டுகளை வாங்கிய ராஜ்குமார், இ-மெயிலில் அதைப் பெரியவர்களுக்கு அனுப்பியும் வைத்தார். அவ்வளவுதான். பிள்ளைகள் மனமுடைந்து போனார்கள். முதியவர்கள் இருவரும் வெளியே காட்டிக்கொள்ளவில்லை, மற்றபடி அவர்களின் நிலையும் அதுவே!

வேலு மாமாவின் துணையுடன் ஜீப்பில் அதே கல் திட்டைப் பகுதிக்குப் பிள்ளைகள் ஒரு முறை சென்று சுற்றிப் பார்த்தார்கள். அதே திட்டையின்மீது கைவைத்து வாலியரை மனதில் நினைத்துக் கண்ணை மூடி மனதை ஒருமுகப்படுத்தினார்கள். கொம்பன் வாலியர் புன்னகைப்பதுபோலத் தோன்றியது.

"வாலியருக்கு மட்டும் சக்தி இருந்தா நம்மளை அங்க போகவே விடமாட்டாருக்கா!" என்ற தம்பி, "நீ என்னக்கா வேண்டிக்கிட்ட?" என்றான்.

"நீ என்ன வேண்டிக்கிட்டயோ அதையேதாண்டா!" என்று அக்கா பெருமூச்சு விட்டாள்.

காலமும் நேரமும் யாருக்காவது காத்திருக்குமா? வெள்ளிக்கிழமை மாலைப் பொழுதும் வந்தது. நண்பர்கள் அனைவரும் ஆதிராவின் வீட்டில் கூடியிருந்தனர். அவரவரால் முடிந்த எளிய பரிசுகளைக் கொடுத்தனர். சிறிய ஓவியங்கள், பம்பரம் போன்றவற்றைக் கொடுத்து வாழ்த்தினர்.

"சென்னையில இருந்து தாத்தா, பாட்டி வரும்போது உங்களுக்கு புடிச்ச சில பொருட்களை வாங்கி அனுப்புறேன். நீங்க அதை வாங்கிக்கணும்" என்றாள் ஆதிரா. நண்பர்கள் தலையாட்டினர்.

"நாளை இரவு இங்க வாங்க. வந்து வாங்கிக்கிட்டுப் போங்க" என்றார் பாட்டி. எல்லோரும் தலையாட்டிவிட்டுக் கண்ணீருடன் விடைபெற்றனர்.

16

மாற்றமே மாறாதது

ஜவ்வாது மலையின் பூர்வீக மக்கள் தற்காலத்தில் பெரும்பாலும் கல்வியறிவு பெற்றிருக்கிறார்கள். அரசாங்க வேலைக்கும் சென்றிருக்கிறார்கள். ஆனாலும், சாலை, மின்சாரம், மருத்துவ சேவை ஆகிய அடிப்படை வசதிகள் மேம்படாத கிராமங்கள் இன்றும் இந்த மலையில் உண்டு. பழங்குடியினர் என்று சாதிச் சான்றிதழ் கிடைக்கப் பெற்றவர்களுக்கு படிக்கவும், வேலைக்குச் செல்லவும் வாய்ப்புகள் கிடைக்கின்றன. ஊர்த் தலைவரைக் கவுண்டர் என்று அழைக்கும் மலையாளிகளின் வழக்கத்தால் கவுண்டர் என்று சாதிச் சான்றிதழ் பெற்ற மலையாளிகள் வாய்ப்புக் கிடைக்காமல் அல்லல் படுவதும் ஆங்காங்கே நடக்கத்தான் செய்கின்றன.

நண்பர்களுக்கே இப்படியென்றால் தாத்தா, பாட்டியின் வேதனை சொல்ல முடியாத அளவில் இருந்தது. இத்தனை வருடங்கள் தனிமையில் இருந்துவிட்டு, இடையில் இந்த நான்கு மாத வசந்தமாக வந்த பேரப் பிள்ளைகள் மீண்டும் கிளம்புகிறார்களே!

பெட்டிகள் கட்டப்பட்டன. கைப்பைகளும் தயார். பாஸ்போர்ட், விமான டிக்கெட் ஆகியவையும் தயார். மொத்தத்தில் பிள்ளைகளின் மனங்களைத் தவிர மற்ற எல்லாமே தயாராக இருந்தன.

இரவு பத்து மணிக்கு, அவர்களின் கார் சென்னை விமான நிலையத்திற்குக் கிளம்பியது. விமான நிலையத்திலிருந்து வந்த பயணத்தில் இருந்ததுபோலவே ஆதிரா கண்மூடி மௌனமாக இருந்தாள். பேசினால் அவளால் அழாமல் இருக்க முடியாது என்ற நிலையில் இருந்ததே காரணம்.

விமான நிலையத்தை அடைந்தபோது காலை ஏழு மணி. உடலும் மனமும் களைப்புற்ற தாத்தா, கீழே இறங்கிப்போய் எமிரேட்ஸ் விமானத்திற்கு கவுண்ட்டர் எங்கே என விசாரித்துவிட்டுப் பரபரப்பாகத் திரும்பி வந்தார். அலைபேசியில்

மகனின் எண்ணை அழுத்தியவர் மேலும் சில நிமிடங்கள் பேசிவிட்டு வைத்தார். அவரது முகம், உணர்வுகளின் கலவையாக இருந்தது.

நண்பர்கள் பாரி, தமிழரசி, சின்னாளக்கான் உள்ளிட்டோர் புதூர்நாடு கிராமத்தில், ஸ்ரீனிவாசனின் வீட்டு வரவேற்பறையில் அமர்ந்திருந்தனர். யார் முகத்திலும் மகிழ்ச்சி இல்லை. அந்த இரவு நேரத்தில், விமான நிலையத்திலிருந்து திரும்பியிருந்த கார் வந்து வீட்டு வாசலில் நின்றது. தாத்தாவும் பாட்டியும் இறங்கினார்கள். பாட்டி, கையில் ஒரு பெரிய பையுடன் காத்திருந்த பிள்ளைகளிடம் வந்தார்.

"விமான நிலையம் போய் வந்திட்டோம். இந்தா தமிழரசி! உனக்கு ஓடிப் பயிற்சி செய்ய ஷூக்கள்" என்று நீட்டினார். அவளும் வாங்கிக்கொண்டாள். அதேபோல மற்றவர்களுக்கும் டென்னிஸ் பேட், கிரிக்கெட் மட்டை, படிக்கப் புத்தகங்கள், சாக்லேட்டுகள் எல்லாவற்றையும் வழங்கியவர் அடுத்து மௌனமாக நின்றவனைப் பார்த்தார்.

"நீ எதுவும் கேக்கல; அதால உனக்கு எதுவும் வாங்கல" என்றார் தயக்கத்துடன்.

"எனக்கு அதெல்லாம் வேணாம் பாட்டி!. எனக்கு அவங்க ரெண்டு பேரும்தான் வேணும்" என்றான் சின்னாளக்கான். மற்றவர்கள் திகைத்து நின்றனர்.

பாட்டி, "எல்லோருக்கும் ஒவ்வொண்ணு குடுத்தேன். உன்னுடைய ஆசையை மட்டும் ஏன் மறுக்கணும்?" என்றபடி காரின் கதவைத் திறந்தார்.

ஆதிராவும் கவினும் புன்னகைத்தபடி வெளியே குதித்தார்கள். ஓவென்ற ஆனந்தக் கூச்சலுடன் நண்பர்கள் சூழ்ந்துகொண்டார்கள். 'எப்படித் திரும்பி வந்தீங்க?' என எல்லோரும் கேட்டார்கள்.

"நான் சொல்றேன்" என்ற தாத்தா, "இவங்க போவதா இருந்த விமானம் மட்டுமில்ல, எல்லா விமான சேவையையும் தற்காலிகமா நிறுத்தியிருக்காங்க. ஏன் தெரியுமா?" என்றார்.

"................"

"நல்லா கேட்டுக்குங்க. கோவிட்-19 அப்படின்னு சொல்லக்கூடிய கொரோனா அப்படிங்கற வைரஸ் உலகமெங்கும் வேகமா பரவுதாம். அதனாலதான் விமானம் இல்லாம திரும்ப வந்திட்டோம்" என்றார்.

மகிழ்ச்சி, பயம் போன்ற எல்லா உணர்வுகளும் நண்பர்களிடம் பிரதிபலித்தன.

பாரி, "அப்படின்னா விமான சேவை திரும்பியதும், இவங்க திரும்ப துபாய் போயிடுவாங்களா?" என்றான் சந்தேகமாக.

"அதான் இல்ல! இனிமே தொடர்ந்து இங்கயேதான் இருப்பாங்க" என்று தாத்தா முடித்ததும் அங்கே மகிழ்ச்சி வெள்ளம் பரவியது.

காலையில் விமான நிலைய வாசலில் அப்பாவுக்குப் போன் செய்து தாத்தா பேசியிருக்கிறார். 'விமான சேவையே இல்லை' என்று சொல்லியிருக்கிறார். அப்போது அப்பா அவரிடம் ஒரு முக்கிய முடிவைச் சொன்னதாகத் தாத்தா தெரிவித்தார். அதை ஆதிரா நினைத்து நினைத்து மகிழ்ந்தாள்.

அப்பா, தாத்தாவிடம், 'இந்தக் கோவிட் பெருந்தொற்றால உலகமெங்கும் பல மாற்றங்கள் உருவாகிடுச்சு. எங்க ஸ்கூல்ல ஆள்குறைப்பும் சம்பளக் குறைப்பும் செஞ்சிட்டாங்க. வீட்டிலிருந்தே வேலை செய்யலாம், ஆனா, இனிமே எப்பவுமே பாதி சம்பளம்தான் கிடைக்கும் என்ற நிபந்தனை போட்டிருக்காங்க' என்று சொன்னாராம்.

ஏற்கெனவே நன்கு சம்பாதித்துவிட்ட அப்பா, அம்மாவுக்குத் தம் பிள்ளைகளின் நினைவு வந்திருக்கிறது. அதைவிடப் பெரிய ஞானோதயம் ஒன்றும் தோன்றியிருக்கிறது. ஆதிரா - கவினைப் பிரிந்து தமக்கு எப்படி இருக்கிறதோ அப்படித்தானே தன்னைப் பிரிந்து தாத்தா, பாட்டியும் ஏக்கத்துடன் இருப்பார்கள் என்று புரிந்துகொண்டார்களாம்.

அதனால், அப்பாவும் அம்மாவும் வேலையை விட்டுவிட்டு, துபாயிலிருந்து காலி செய்துகொண்டு இங்கேயே நிரந்தரமாக வந்துவிடப் போகிறார்கள். தாத்தா, பாட்டியின் பள்ளியை இன்னும் விரிவுபடுத்தி, இந்த மலைவாழ் சமூகத்திற்குச் சேவை செய்துகொண்டு எல்லோரும் ஒன்றாக இருக்கலாம் என முடிவே செய்துவிட்டார்களாம்.

முதல் முறையாக அப்பா- அம்மாவின் முடிவு பிள்ளைகளுக்குப் பிடித்திருந்தது. 'அம்மா-அப்பா, தாத்தா-பாட்டி, இந்த ஜவ்வாதுமலை-நண்பர்கள் என யாரையுமே பிரிய வேண்டிய தேவையில்லை' என்ற நினைப்பே சுகமாக இருந்தது.

"எல்லாரும் ஒண்ணா சேந்து இந்த மலையில இருக்கறவங்களுக்கு நல்லது செய்யலாம். இயற்கையைக் காப்பாத்தலாம். இல்ல தாத்தா?" என அவரது தோளில் சலுகையாகச் சாய்ந்துகொண்டாள் ஆதிரா.

"ஆமா தங்கம்!" என அவரும் மகிழ்ந்தார்.

அந்த மகிழ்வுடன் ஆதிரா கண்களை மூடித் திறந்தாள். மூடிய கண்களுக்குள் கொம்பன் வாலியர் புன்னகைத்தது போல உணர்ந்தாள்.

அவர்களது சுயநலமில்லாத சேவைக்காக ஜவ்வாது மலை காத்திருந்தது.

(நிறைவுற்றது)

www.ingramcontent.com/pod-product-compliance
Lightning Source LLC
LaVergne TN
LVHW090426051026
849518LV00006B/2454